डेल्टा १८

नीला सत्यनारायण

सकाळ प्रकाशन

डेल्टा १५

६०१, असीम, जयवंत पालकर मार्ग,
वरळी, मुंबई - ४०००३०
nsneelie@gmail.com

प्रथम आवृत्ती जानेवारी २०१७
दुसरी आवृत्ती नोव्हेंबर २०१७

मांडणी
आर्ट ॲडव्हर्टायझिंग

मुखपृष्ठ
रूपा देवधर, पुणे

प्रकाशक
सकाळ पेपर्स प्रा. लि.
५९५, बुधवार पेठ, पुणे - ४११००२

ISBN : 978-93-86204-31-8

अधिक माहितीकरिता :
०२०-२४४० ५६७८/८८८८८ ४९०५०
sakalprakashan@esakal.com

सगळ्या प्रेरणादायी कथांना व कथांमधील
नायक-नायिकांना अर्पण....

अनुक्रम

प्रस्तावना

'पुणे सकाळ'ने मला त्यांच्या 'कवडसे' या स्तंभासाठी काही काळ लेखन करायला सांगितले. मी या स्तंभामध्ये एवढी रममाण झाले, की त्याचा आनंद मीही घेऊ लागले. मला कल्पना नव्हती की माझे लिखाण एवढे लोकप्रिय होईल.

पुण्यामध्ये 'सकाळ' हे लोकप्रिय वर्तमानपत्र आहे. माझ्या ओळखीचे, नात्याचे अनेक लोक हे वर्तमान पत्र वाचतात. ते सगळे मला सतत कळवू लागले की माझ्या लेखांनी त्यांना स्फूर्ती मिळाली, जगण्याची प्रेरणा मिळाली. त्यांच्या शब्दांनी मला लिहिण्याची प्रेरणा मिळाली.

वास्तविक मी स्वत:चे काहीच लिहिले नाही. वाचलेल्या किंवा ऐकलेल्या गोष्टींमधून मला आयुष्याचा काय अर्थ समजला, याबद्दल मी लिहिले. अशा अनेक कथा मेलवरून किंवा व्हॉट्‌स ॲपवरून फिरतच रहातात. आपण त्या वाचतो आणि काही क्षणांपुरता त्यांचा आनंद घेतो. मी लिहिलेल्या गोष्टीच इतक्या प्रेरणादायी होत्या, की मलाही त्या पुन्हा पुन्हा वाचाव्यात असे वाटायचे. त्या एकत्र करून ठेवल्या, की केव्हाही पुस्तक उचलून त्यातील कुठलीही कथा वाचता यावी म्हणून या कथांचे पुस्तक बनवायचे ठरविले.

त्यातली 'डेल्टा १५' ही कथा, तर एवढी गाजली की, 'व्हॉट्‌स ॲप'वर ती अनेक दिवस फिरत होती. अनेकांनी माझीच कथा मला पाठविली. यावरून मला या पुस्तकाचे शीर्षक सुचले. एखाद्या राष्ट्रीय आपत्तीत देशातले लोक कसे वागतात, याचा उत्तम नमुना त्या कथेत आहे. आपल्या देशात ही घटना घडली असती, तर लोकांचा प्रतिसाद कसा असता असाही विचार माझ्या मनात आला. चारित्र्यवान माणसांमुळे देश महान होतो. कधी कधी छोट्या गावातली छोटी

माणसेही मोठे काम करून जातात आणि सर्व जगासाठी प्रेरणास्थान बनतात. कवडसे मधल्या काही कथा आणि माझे इतर लेख एकत्र करून 'डेल्टा १५' हे पुस्तक तयार झाले.

अशाच प्रकारे 'महाराष्ट्र टाईम्स'मध्ये माझे 'सगुण निर्गुण' हे स्तंभलेखन लोकप्रिय झाले. यातील लेखांचेच 'आयुष्य जगताना' हे पुस्तक बरेच गाजले. आपल्या लिखाणाने दुसऱ्याच्या आयुष्यात आनंद निर्माण व्हावा, ही माझी इच्छा सदैव राहिली आहे. त्यामुळेच कोणी या लेखांविषयी फोन केला, पत्र लिहिले, मेल लिहिली की, मला कृतकृत्य वाटते.

पुस्तक छापण्यापूर्वी 'सकाळ'ची अनुमती घेण्यासाठी त्यांच्याकडे विचारणा केली असता, त्यांनीच दिलदारपणे हे पुस्तक प्रकाशित करण्याची इच्छा प्रकट केली. त्यामुळे दुधात साखर पडली. अखेर हे त्यांचेच देणे होते. ते त्यांनाच मिळाले, याचे अपार समाधान माझ्या मनात आहे.

वर्तमानपत्रातील लेख दिवस संपला की, शिळा होऊन जातो. मात्र आयुष्यातल्या अक्षय मूल्यांचा ठेवा सदैव आपल्यापाशी राहतो. पुस्तकरूपाने आज हा ठेवा माझ्या रसिक वाचकांच्या हाती देताना मला अपूर्व आनंद होतो आहे.

- नीला सत्यनारायण

१

डेल्टा १५

जेव्हा अमेरिकेवर ९/११ ला दहशतवादी हल्ला झाला त्यावेळची एक हृदयस्पर्शी कथा आहे. दोन विमाने 'वर्ल्ड ट्रेड सेंटर'च्या दोन टॉवर्सना जाऊन भिडली आणि दोन्ही इमारती जमीनदोस्त झाल्या. दुसऱ्या मार्गावरून जाणारे आणखी एक विमानही पाडण्यात आले होते.

दहशतवादाची ही खबर मिळताच अमेरिकन सुरक्षा यंत्रणा सक्रीय झाली. जगभरातून जी विमाने अमेरिकेला येत होती त्या सगळ्यांनाच रेडिओ मेसेज केले गेले की, 'तुम्ही अमेरिकेला येण्याचे रद्द करा, जवळच्याच एअर पोर्टवर विमाने लँड करा आणि पुढील आदेशांची वाट पाहा.'

'डेल्टा-१५' या विमानालाही असाच मेसेज आला. पायलटने तो सर्व प्रवाशांना वाचून दाखविला. हे विमान कॅनडाहून अमेरिकेला यायला निघाले होते. विमानाचा मार्ग असा फिरविण्याचे कारण काय, हे कुणालाच समजले नाही. पायलटही याबाबतीत अनभिज्ञ होता. कॅनडामधील एका गावातील विमानतळावर विमान उतरले, तेव्हा आतील प्रवाशांना कळले की, अमेरिकेकडे जाणारी अशी आणखी ५२ विमाने त्या गावात उतरली आहेत. या सगळ्या विमानांतील प्रवाशांची संख्या दहा हजारांच्या वर होती. आश्चर्याची गोष्ट म्हणजे ज्या गावात हा विमानतळ होता, त्या गावची लोकसंख्याही दहा हजारांच्या आसपास होती. म्हणजे अक्षरशः गावाच्या लोकसंख्येएवढे पाहुणे त्या गावात आले होते.

पायलटला पुढील आदेश येईपर्यंत जवळ-जवळ तीन दिवस लागले. तोपर्यंत या पाहुण्यांना सांभाळण्याची जबाबदारी गावावर होती. त्या गावातील ग्रामपंचायतीने आपल्या पाहुण्यांच्या व्यवस्थापनाची जबाबदारी स्वखुशीने घेतली. सर्व शाळा पटापट बंद केल्या. जवळपासच्या घरांतून पलंग, खुर्च्या, जेवणाचे सामान, इत्यादी घेऊन प्रत्येक शाळेमध्ये पोहोचविले. पाहुण्यांची उत्तम सोय करण्यात आली. मोठ्या वर्गातील विद्यार्थ्यांना एकेका कुटुंबाची काळजी घेण्याचे फर्मान प्रशासनाने सोडले. या सर्व व्यवस्थेचे संयोजन रेड क्रॉस सोसायटी करीत होती.

'डेल्टा-१५'मध्ये एक गर्भवती तरुणीही होती. ती सात महिन्यांची गर्भवती असल्याने तिची विशेष काळजी घेण्याचे फर्मान निघाले. तिच्या तैनातीला गावातील एक डॉक्टर नेमण्यात आला. तिच्यासाठी रात्रंदिवसाची नर्सही ठेवण्यात आली.

तीन दिवस गावातील लोकांनी पाहुण्यांना गावभर फिरवले. पाहुण्यांचे छोटे छोटे गट करून एकेका गटाने त्यांची जबाबदारी घेतली. बोटीमधून नदीवर त्यांच्या सहली काढल्या. ज्यांना हौस होती त्यांना गावाजवळील एका सुंदर जंगलात गावकऱ्यांनी फिरायला नेले. एकूण काय, गावाने या पाहुण्यांना एकटे वाटू दिले नाही. आल्या प्रसंगाची झळ त्यांच्यापर्यंत पोहोचणार नाही, याची पूर्ण दक्षता घेतली.

तीन दिवसानंतर पुन्हा पायलटला संदेश आला. आता त्याला पुन्हा अमेरिकेला परतायची परवानगी मिळाली होती. 'डेल्टा-१५' अमेरिकेला उडायला सज्ज झाले. प्रवासी जसे विमानात चढू लागले, तसे गावकऱ्यांना व प्रवाशांनाही रडू आवरेना. तीन दिवसात त्यांच्यात एवढा स्नेह निर्माण झाला होता की, आता स्वगृही जायचे असून प्रवाशांचा पाय निघत नव्हता. गावावर एवढ्या लोकांच्या आदरातिथ्याचा ताण पडला होता, तरी त्याचा त्रास गावकऱ्यांनी मानला नव्हता. प्रत्येक कुटुंबातील माणसांवर काहीना काही जबाबदारी पडली होती; परंतु कोणालाच त्याचे ओझे वाटले नाही. गावकऱ्यांनी सर्व खर्च आपसात वाटून घेतला. अशा कठीण प्रसंगात आपण कोणालातरी उपयोगी पडलो, ही भावना सर्वांच्या मनात होती.

विमानात बसल्यानंतर एक प्रवासी उठून उभा राहिला. त्याने पायलटला

सांगितले की, ''मला ठाऊक आहे मी जे बोलणार आहे ते आपल्या नियमात बसत नाही. मला माझ्या सहप्रवाशांशी काही महत्वाचे बोलायचे आहे. एक विशेष बाब म्हणून आपण मला बोलण्याची परवानगी द्यावी.''

सहसा पायलट अशी परवानगी देत नाहीत. तसे त्यांच्या नियमात नाही; परंतु तो प्रसंगच इतका हळवा होता की, पायलटलाही प्रवाशांच्या मनस्थितीची पूर्ण कल्पना आली होती. एकदा अमेरिकेला पोचल्यावर पुन्हा बोलणे शक्य होणार नाही, हे ही त्याला माहीत होते. ती परिस्थितीच अशी होती की, पायलटने त्या प्रवाशाला बोलायला मनाई केली नाही.

प्रवासी म्हणाला, ''या गावाने तीन दिवस आपली एवढी सेवा केली आणि आपल्याला एवढे सांभाळले की, मला वाटते आपण सर्वांनी त्यांचे कायम कृतज्ञ राहायला हवे. आपण सर्वांनी आपापल्या शक्तीनुसार काहीतरी पैशांची मदत माझ्याकडे द्यावी. मी एक फंड उभारणार आहे. त्यामध्ये हे पैसे टाकून या गावातील गरीब विद्यार्थ्यांच्या शिक्षणाची सोय करावी, असे माझ्या मनात आहे. मी जो ट्रस्ट उघडणार आहे, त्याचे नाव 'डेल्टा-१५' हेच ठेवणार आहे.''

बघता बघता एकेक प्रवासी उठून पुढे आला. ज्याने त्याने यथाशक्ती आपल्या खिशातून जमेल तेवढी रक्कम काढून त्या प्रवाशाच्या सुपूर्द केली. सर्व प्रवाशांकडून आलेली रक्कम मोजली असता, थोडे थोडके नव्हे तर तब्बल चौदा हजार डॉलर्स गोळा झाले होते. ज्या माणसाने हा प्रस्ताव मांडला होता तो स्वत: एक अतिश्रीमंत उद्योजक होता. त्याने आपल्या पदरचे तेवढेच पैसे मिळालेल्या गंगाजळीत घातले. त्यानंतर त्याने पायलटच्या मदतीने ज्या डेल्टा कंपनीचे विमान होते त्या कंपनीलासुद्धा भरघोस निधी देण्याची विनंती केली. विमान कंपनीचे विमानही वाचले होते आणि त्यातले प्रवासी सुखरूप होते. त्यांना काही इजा झाली असती, तर विमान कंपनीला मोठी भरपाई द्यावी लागली असती. विमान अमेरिकेला सुखरूप परतल्यावर डेल्टा कंपनीनेही त्या दानशूराच्या रक्कमेत भरीव निधी घातला. 'डेल्टा १५' हा ट्रस्ट सुरु झाला तेव्हा त्यांच्याकडे चक्क दीड कोटी डॉलर्स गोळा झालेले होते.

दरवर्षी या ट्रस्टच्या वार्षिक अहवालात किती मुले या ट्रस्टच्या पैशातून शिकली, हे प्रसिद्ध होत गेले. ज्या लोकांनी या ट्रस्टसाठी पैसे दिले होते त्यांना कॅनडाच्या त्या गावात काढलेले तीन दिवस आठवले. ट्रस्टसाठी आपण दिलेल्या

पैशांचे चीज झाले, असे त्यांना वाटले व ते समाधान पावले. कॅनडामधील ते छोटेसे गाव आनंदाने हरखून गेले. ट्रस्टच्या पैशांच्या मदतीने त्या गावातील अनेक मुले विविध क्षेत्रातील नामवंत म्हणून पुढे प्रसिद्ध झाली. अशी ही 'डेल्टा-१५' ची हृद्य कहाणी.

आपल्याकडे असा काही आणीबाणीचा प्रसंग आला की, आलेल्या पाहुण्यांना कसे लुटले जाते, त्यांचा गैरफायदा कसा घेतला जातो, त्यांच्यासाठी दिलेली मदत दुसरीकडे कशी वळवली जाते याच्या कथा आपण वर्तमानपत्रातून वाचतो आणि मनोमन दु:खी होतो- मग तो दुष्काळ असो, प्रलय असो अथवा दुसरे कुठले अस्मानी संकट असो. आपली मनोवृत्ती मदत करण्यापेक्षा लुटण्याकडे आहे, असे वारंवार सिद्ध होते. 'डेल्टा-१५'ची ही कहाणी कदाचित आपल्या देशामध्येही असेच देशप्रेम जागृत करेल, एवढीच अपेक्षा आहे.

●

२

हात देता आधाराला

“हात देता आधाराला
त्याने आकाश पेलले
अन् छत आकाशाचे
वर झुलूही लागले”

आधाराचा एक हात माणसाच्या आयुष्यात कित्येक चमत्कार घडवू शकतो. श्रीकृष्णाने तर एका करंगळीवर गोवर्धन पर्वत उचलून धरला आणि गोकुळवायिसांचे रक्षण केले, हे सर्वश्रृत आहे. प्रत्येक माणसाला असा एक भक्कम आधार हवा असतो. काहींना आर्थिक आधार हवा असतो, तर काहींना भावनिक. कोणाला आध्यात्मिक आधाराची आस असते.

रवींद्रनाथ टागोरांची एक सुंदर कथा आहे. एकदा एक राजा आपली प्रजा सुखात आहे की नाही, हे पाहण्यासाठी राजवाड्याबाहेर पडतो. सुंदर सोनेरी रथात स्वार होऊन राजा नगरातून फेरी मारू लागतो. राजाच्या या फेरीची खबर दवंडीद्वारे राज्यभरात पोहोचवलेली असते. त्यामुळे रस्त्याच्या दुतर्फा राजाला पाहण्यासाठी माणसांची गर्दी जमलेली असते. राजाची प्रजा उत्सुकतेने माना उंचावून, पायांच्या टाचा उंचावून राजाच्या चेहऱ्याची एक झलक पाहण्यासाठी उत्सुक असते. धीम्या गतीने राजाचा रथ मार्गक्रमण करत दुतर्फा उभ्या असलेल्या प्रजेवर सुगंधी पुष्पांची आणि सोन्याच्या मोहरांची उधळण करत पुढे पुढे जात असतो.

रस्त्याच्या शेवटाला एक निर्धन माणूस उभा असतो. रोज भिक्षा मागून पोट भरणे, हाच त्याचा व्यवसाय असतो. त्यादिवशी त्याने बातमी ऐकलेली असते, की

राजा नगरातून फिरून त्याची प्रजा कुशल आहे की, नाही हे जाणून घेणार आहे. आशेने तो माणूस राजाचा रथ आपल्याजवळ येण्याची वाट पाहत असतो.

काही क्षणांतच रथ त्या माणसापर्यंत येऊन पोचतो. आपली फाटकी झोळी राजाने फेकलेल्या सोन्याच्या मोहरांना पुरणार नाही, असा विचार करून तो माणूस आपले दोन्ही हात राजासमोर पसरतो. राजाचा रथ त्याच्याजवळ येऊन थांबतो. तो माणूस आशेने राजाकडे पाहत असताना राजा रथातून खाली उतरतो व संथपणे पावले टाकत त्या माणसाजवळ येतो.

राजा त्याला उद्देशून म्हणतो, 'आज सकाळपासून मी सगळ्या प्रजेवर फुले आणि सोन्याच्या मोहरा उधळल्या आहेत. आता रस्त्याचा शेवट आला आहे. मला शेवटी भेटणारा तूच एक राहिला आहेस. आज तूच मला काहीतरी दे.' राजाचे ते बोलणे ऐकून तो दरिद्री माणूस व्यथित होतो. 'ही काय राजाची उफराटी तऱ्हा?' तो मनातल्या मनात म्हणतो. 'राजा असूनही हा माझ्याकडूनच भिक्षा मागतो आहे.

राजा म्हणतो 'विचार कसला करतोस मित्रा. ती बघ तुझ्या खांद्यावर लटकलेली झोळी मला दिसते आहे. त्यात जे काही आहे त्यातील थोडे मला दे.' तो माणूस निराश होऊन झोळीत हात घालतो. जेमतेम एक मूठ धान्य त्या झोळीत असते. त्यातला एक दाणा काढून त्य माणसाने राजाच्या तळहातावर ठेवतो.

'अजून काही असेल तर दे रे मित्रा.' राजा त्याला पुन्हा म्हणतो. निर्धन माणूस विचार करतो 'मूठभर धान्य आहे तेही मी राजाला देऊन टाकले, तर माझ्यासाठी काहीच राहणार नाही.' या विचाराने तो नकारार्थी मान हलवतो. राजा हसतो आणि रथावर स्वार होऊन निघून जातो.

निर्धन मनुष्य स्वतःच्या नशिबाला बोल लावत घरी पोचतो. त्याच्या डोळ्यांतून अश्रू वाहत असतात. सगळ्या प्रजेला काही ना काही मिळाले आपण मात्र कोरडेच राहिलो या भावनेने त्याला फार दुःख झालेले असते. त्या दुःखावेगातच तो माणूस आपली झोळी उपडी करतो. 'हे मूठभर धान्य खाऊनच आज मला निर्वाह करावा लागणार आहे' असे स्वतःशी बोलतो. तेवढ्यात त्याला धान्यातील एक दाणा चमकताना दिसतो. तो सोन्याचा दाणा असतो.

'म्हणजे आपण दिलेल्या भिक्षेच्या मोबदल्यात राजाने आपल्याला धान्याचा एक कण सोन्याचा करून दिला. अरेरे! मी जर सगळे धान्य राजाला देऊन टाकले

असते तर आज कदाचित मला मूठभर सोन्याचे दाणे मिळाले असते आणि माझे दारिद्रय कायमचे नष्ट झाले असते.' एका मुठीत धान्याचे किती दाणे आहेत, हे तो मोजू लागतो आणि रडू लागतो.

तात्पर्य काय! ईश्वर आपल्याला काही ना काही देत असतो. कधी आपल्या दु:खाची भरपाई करून देतो तर कधी आपल्या उणिवा भरून निघाव्यात म्हणून आपल्याला भरभरून दान देतो. आपल्या अवतीभवती आपल्यावर प्रेम करणारी माणसे देतो आणि आपले कल्याण चिंतणारे कुटुंब देतो; पण आपणही त्या दरिद्री माणसासारखेच दळभद्री असतो हेच खरे.

आपण आपले सर्वस्व कोणालाच अर्पण करत नाही. नेहमी हातचे राखून दानधर्म करतो, अडल्यानडल्यांना देतो. मात्र संपूर्ण समर्पणाची भावना आपल्या ठायी नसते. आपल्याला स्वत:ची चिंता असते. भविष्याची तरतूद करायची असते.

असे करता करता आपण आपले प्रेमही हातचे राखूनच इतरांना देतो. आपल्या कुटुंबासाठी आपण जास्तीत जास्त प्रेम राखून ठेवतो. त्यानंतर मित्रमैत्रिणींसाठी आणि नातेवाईकांसाठी मोजून मापून केलेले प्रेम ठेवतो आणि जगातील इतरांसाठी प्रेमाचा नुसता देखावा करतो, ज्यात प्रेम कमी आणि अपेक्षा जास्त असतात.

क्षण एक तो मोलाचा
कण एक तो सोन्याचा
माझ्या झोळीतले दाणे
अहो सोनियाचे झाले

आजपासून एक नवीन संकल्प करू या की, जसा आपल्याला आधाराचा हात हवा असतो तसाच आपण तो दुसऱ्यांनाही देऊ. दुसऱ्यांच्या झोळीतला एखादा दाणा तरी सोनियाचा करायचा प्रयत्न करू आणि एखाद्याचे फाटलेले आभाळ, कोसळलेले आभाळ आपल्या हाताने पेलून धरू; ज्यामुळे सर्वांवर ममतेचे छत्र कायम राहील.

●

३

सलाम

मुंबई-पुण्यासारखा एक छोटासा ट्रेनचा प्रवास असतो. प्रवासात एका सॉफ्टवेअर इंजिनिअरच्या शेजारी आर्मीतील एक सुभेदार बसलेला असतो. ट्रेन सुटते तसा तो इंजिनिअर आपला लॅपटॉप उघडतो आणि काम करायला सुरुवात करतो. काम करता करता तो स्वत:शीच बोलत असतो, ''प्रवास असो नाहीतर घर असो, मला माझे काम अखंड चालू ठेवावेच लागते.''

शेजारचा सुभेदार त्याचे हे वाक्य ऐकत कुतुहलाने त्याच्या लॅपटॉपकडे बघत म्हणतो, ''सर, तुम्ही म्हणजे किमयाच करता की हो! एवढ्याशा या डब्यातून काय काय गोष्टी काढता आणि जगाला तंत्रज्ञानाच्या मार्गावर पुढे नेता.'' त्याचे बोलणे ऐकून इंजिनिअर त्याच्याकडे पाहू लागतो. दिसायला ओबडधोबड; पण धट्टाकट्टा आणि फारशी बुद्धी नसलेला असा तो माणूस पाहून त्याला रागच येतो.

''या माणसाला काय समजणार माझ्या कामाबद्दल?'' असे मनात म्हणून तो सुभेदाराकडे दुर्लक्ष करतो. सुभेदार पुन्हा चिकाटीने म्हणतो, ''साहेब, कसे काय हो जमते तुम्हाला हे सगळे? तुम्ही काहीही म्हणा, पण तुमच्यासारख्या इंजिनिअर्सबद्दल फार अभिमान वाटतो हो आम्हा सर्वांना.''

हे गौरवाद्गार ऐकून इंजिनिअर थोडा विरघळतो आणि त्याला म्हणतो, ''तुम्हाला काही कल्पना आहे का? बुद्धीशी संलग्न असलेल्या या कामाची तुम्हाला काही माहिती आहे का?'' सुभेदार नकारार्थी मान हलवतो. इंजिनिअरला चेव चढतो. तो सुभेदाराला आपण या कॉम्प्युटरच्या मदतीने काय काय किमया करून दाखवू शकतो याची विस्तृत माहिती देऊ लागतो. सुभेदार कौतुकाने मान डोलावत राहतो.

काही वेळाने सुभेदार त्याला म्हणतो, ''एवढे सगळे तुम्हाला करता येते म्हणजे

तुम्हाला बढतीही लवकर लवकर मिळत असेल ना सर?'' इंजिनिअर त्याच्याकडे बघून उदास हसतो आणि म्हणतो, ''कसचं काय आणि कसचं काय! या आमच्या व्यवसायात फक्त अथक परिश्रम आणि अखंड परिश्रमच असतात. घरीदारी, कुठेही गेलो तरी हा लॅपटॉप सोबतच असतो. ना आम्हाला खासगी आयुष्य आहे, ना दुनियेत इतरत्र काय चालले आहे, हे पाहायची सवड. अरे, या व्यवसायात स्पर्धा इतकी जीवघेणी आहे की, कोणीही माणूस आपल्या उपलब्धींवर खुश होऊन स्वस्थ बसू शकत नाही. सतत त्याला पुढे जावेच लागते. नवनवीन प्रोग्राम, नवीन ॲपलिकेशन्स असा प्रवास सारखा चालूच राहतो आणि तो देखील दिवसागणिक. बढतीचे म्हणाल तर हो, नुकतीच मिळाली मला बढती.'' इंजिनिअर नाराज होऊन बोलल्याचे सुभेदाराला जाणवते.

सुभेदार पुढे म्हणतो, ''सर, बढती मिळाल्यावर कामाचा ताण कमी झाला असेल नाही?'' इंजिनिअर खवळतो आणि म्हणतो, ''आमच्या क्षेत्रात बढती मिळाली म्हणून कामाचा ताण कमी होत नाही. उलट तो वाढतच जातो. आधी मी दहा लोकांबरोबर काम करायचो आता माझ्या हाताखाली तीस जणांचे तीन ग्रुप्स आहेत. पण प्रत्येकाकडून काम करून घ्यायचे आणि इतर गटांपेक्षा आपण पुढे राहायचे, ही जीवघेणी स्पर्धा बढती मिळाल्यावरही थांबत नाही अथवा तिची गतीही मंदावत नाही. ग्राहकांना सारखे काहीतरी नवे हवे असते. आमच्या बॉसला ते द्यायचे असते आणि आम्ही जर ते देऊ शकलो नाही, तर आम्हाला 'लाइन ऑफ फायर'मध्ये राहावे लागते. प्रत्यक्ष मरणच डोळ्यांसमोर असते. कारण आपण जर या स्पर्धेमध्ये मागे पडलो, तर आपण बादच होऊन जातो.'' एवढे बोलून सुभेदाराकडे तुच्छपणे कटाक्ष टाकून इंजिनिअर म्हणतो, ''काय हो, तुम्ही श्रमजीवी माणसे, तुम्ही असे कधी 'लाइन ऑफ फायर' अथवा जिवंत मरण अनुभवले आहे का?''

क्षण दोन क्षण सुभेदार काहीच बोलत नाही. इंजिनिअर त्याच्या चेहऱ्याकडे पाहतो. सुभेदार कुठल्यातरी आठवणीत रमलेला असतो. अचानक सुभेदार बोलू लागतो, ''साहेब, 'लाइन ऑफ फायर' म्हणजे तुम्ही म्हणालात ना जिवंत मरण, ते मी अनुभवले आहे. कारगिलच्या लढाईचे ते दिवस होते. आमच्या तीस जणांच्या तुकडीला कारगिलचे शिखर क्रमांक- ४८७५ सर करायचे होते. आजूबाजूंनी प्रचंड बर्फाचा मारा वर चढू देत नव्हता आणि वरून शत्रूचा गोळीबार अखंड बरसणाऱ्या धारांसारखा चालू होता. त्यातून रात्रीच्या अंधारात जाऊन ते शिखर काबीज करायचे होते. काय सांगू तुम्हाला, सकाळपर्यंत आम्ही शिखरावर पोहोचलो खरे आणि शिखर सर केले तेव्हा मात्र आम्ही फक्त चौघेजण उरलो होतो. बाकी सगळे

धारातीर्थी पडले होते. एवढ्यात आम्हाला दिसले की, काही अंतरावर आमचा एक साथीदार जखमी होऊन विव्हळत पडलेला होता. तो अजून जिवंत होता. त्याला वाचवणे गरजेचे होते.

मी आमच्या कॅप्टनला म्हणालो, ''मी जातो साहेब आणि आणतो त्याला.'' पण माझा बॉस मला जाऊ देईल तर ना! तो स्वत:च तीरासारखा धावला आणि माझ्या साथीदाराला पाठीवर उचलून शिखराकडे यायला निघाला. आमच्यापर्यंत पोहोचला तोवर बॉसच्या देहाची चाळण झाली होती. त्याने आमच्या साथीदाराला आमच्या ताब्यात दिले व प्राण सोडला. साहेब, तुम्ही कॅप्टन बत्रांचे नाव पेपरमध्ये वाचले असेल ना? तोच माझा बॉस होता. आम्ही असे तळहातावर शीर घेऊन रोजच जगतो. पण आपल्या देशाचे रक्षण करण्यासाठी घरदार, आपली माणसे, अगदी आपली लहानगी मुलेसुद्धा विसरावी लागतात. तुम्ही म्हणालात ना की, तुमची ड्यूटी खूप खडतर आहे. आमचीही ड्यूटी तशीच आहे साहेब. फक्त तुमचे काम बुद्धीशी संलग्न आहे आणि आमचे काम...'' एवढे बोलत असताना स्टेशन येते आणि सुभेदार जाण्यासाठी उठतो.

सुभेदाराचे बोलणे ऐकून इंजिनिअर एव्हाना सर्द झालेला असतो. स्वत:च्या बुद्धीची फुशारकी मारता मारता कुठेतरी सुभेदाराची गोष्ट ऐकून त्याला स्वत:ची लाज वाटू लागली होती. सुभेदाराला डोके नसल्याचे आधीचे त्याचे मत अचानक सुभेदाराबद्दलच्या आदरामध्ये बदलते. सुभेदार खाली उतरण्यासाठी उठतो. इंजिनिअर स्वत:चा लॅपटॉप खटकन बंद करतो. सुभेदाराशी हस्तांदोलन करतो आणि अचानक इंजिनिअरचा हात त्याला सॅल्यूट करण्यासाठी सरसावतो.

आपण आपल्या कामाकडे कसे बघतो, हे फार महत्त्वाचे आहे. आपले काम म्हणजे आपल्या गळ्यातील धोंडा आहे, असे अनेक लोक समजतात आणि तरीही स्पर्धेत टिकून राहण्यासाठी कित्येक माणसे असा धोंडा गळ्यात बांधून स्वत:ला ओढत पुढे जातात. तर सुभेदारासारखी काही माणसे केवळ देशाशीच नाही, तर स्वत:शीही प्रामाणिक राहून आपल्या जीवघेण्या कामावरही प्रेम करीत राहतात, त्यामध्ये आनंद शोधतात. आपल्या सहकाऱ्यांना मदतीचा हात देतात आणि आपल्या बॉसबद्दल, त्याच्या बांधीलकीबद्दल गौरवाने बोलतात. कामाचे क्षेत्र कुठलेही असो, ही बांधीलकीच माणसाला इतरांपेक्षा वेगळे ठरवते आणि महान बनवते. अशा सॅल्यूटचे अधिकारी आपणही व्हायला हवे.

●

४

सुखाचा हव्यास

आता जी कथा मी सांगणार आहे ती अनेक लोकांनी यापूर्वी लिहिली आणि सांगितली आहे. कथा तशी साधीच आहे; पण त्याचा आशय फार गहन आहे.

पुष्कळसे पाणवठे असलेल्या एका गावात एक माणूस मासेमारी करून आपली उपजीविका करीत असतो. पोटापुरते मिळवायचे आणि आनंदात राहायचे एवढीच त्याची आयुष्याकडून अपेक्षा असते. सकाळी न्याहारी करून तो मासे पकडायला जायचा. गाणी म्हणत म्हणत निवांतपणे मासे पकडत बसायचा. पकडलेले मासे विकून आलेली मिळकत घेऊन तो घरी जायचा व बायको-मुलांसह आनंदात राहायचा.

एक दिवस काय झाले, काही परदेशी पाहुणे त्या गावात आले. पाणवठ्याचा अभ्यास करणारी ती मंडळी होती. फिरत फिरत ते त्या पाणवठ्याजवळ आले, जिथे हा माणूस मासे पकडून निवांत पडला होता. परदेशी मंडळींनी त्याची विचारपूस केली. त्याची जीवनशैली ऐकून सगळ्यांनी एकमेकांकडे पाहिले. त्यातील एकजण या माणसाला म्हणाला, ''तू जाळे टाकून जेवढे मासे पकडतो आहेस त्यापेक्षा कितीतरी अधिक मासे तुला ट्रॉलर वापरून मिळतील. शिवाय पाण्याच्या आणखी खोल भागात जाऊन तू पकडू शकशील. त्याची किंमतही तुला छोट्या माशांपेक्षा जास्त मिळेल.''

त्या माणसाने परदेशी पाहुण्यांना सांगितले, ''ट्रॉलर घेण्याएवढे पैसे आहेत कुठे माझ्याकडे?''

तसा परदेशी पाहुणा म्हणाला, ''त्यासाठी तुला बँकेकडून कर्ज घ्यावे लागेल. फार तर तुला तुझे घर आणि हे माशांचे जाळे गहाण ठेवावे लागेल; पण त्यानंतर रोज तुला एवढे पैसे मिळतील, की तू बँकेचे हफ्तेही फेडू शकशील आणि श्रीमंतही होऊ शकशील.''

या माणसाने भोळेपणाने विचारले, ''मग काय होईल?''

परदेशी म्हणाला, ''तू जसजसा श्रीमंत होत जाशील तसे आणखी आणखी ट्रॉलर्स विकत घे. हाताखाली चार माणसे नेम. समुद्रात जा, आणखीन मोठे मासे पकड, विविध जातीचे मासे पकड. मोठ्या बाजारपेठेत जाऊन त्यांना वीक.

पुन्हा या माणसाने भोळेपणाने विचारले, असे केल्याने काय होईल?''

परदेशी म्हणाले अरे, ''तू अगदी श्रीमंत होऊन जाशील. मग तुला झोपडीत राहायची गरज पडणार नाही. तुला एक आलिशान बंगला बांधता येईल. तुझी मुले इंग्रजी शाळेत जातील. तुझी बायको भरजरी कपडे घालून मोटारगाडीतून फिरेल.''

पुन्हा त्या माणसाने विचारले, ''मग पुढे काय होईल?'' आता मात्र परदेशी पाहुणे त्या माणसावर वैतागले होते. ते म्हणाले, ''अरे, मग तू सुखात राहशील.''

मासे मारणारा माणूस 'आ वासून' त्यांच्याकडे पाहत राहिला. ''मग आता मी काय करीत आहे? आताही मी सुखात पहुडलो आहे. तुम्ही सांगितलेले सुख मिळविण्यासाठी अगोदर डोक्यावर कर्जाचा डोंगर उभा करा. मग धंदा वाढविण्यासाठी आपले सौख्य, आपली विश्रांती, कुटुंबसुख सगळे हरवून बसा. मग गडगंज संपत्ती मिळाल्यावर आपल्या हाती काहीच उरले नाही, या जाणिवेने व्याकुळ व्हा. तोपर्यंत बायकामुलेही आपल्यापासून दुरावलेली असतील किंवा त्यांनाही श्रीमंतीचा माज येऊन ती दुसरेच काहीतरी करू लागतील. एवढ्या विवंचना हव्यात कशाला? मासे मारून झाले की, मी रोज या पाणवठ्यापाशीच निवांत झोपतो. मग बाजारात जाऊन मासे विकतो. मला माझ्या गरजेपेक्षा जास्त पैसे मिळविण्याची हाव नाही. असे असताना तुम्ही माझ्यासमोर श्रीमंतीची जी स्वप्ने रंगवीत आहात ती जर फक्त सुखासाठीच असतील, तर ते सुख मी अगोदरच भोगत आहे ना?'' परदेशी पाहुणे निरुत्तर होऊन परत जातात. हा माणूस पुन्हा गाणे गुणगुणत मासे पकडण्यासाठी जाळे टाकू लागतो.

हल्लीच्या जगात सर्वत्र असेच पाहायला मिळते आहे की, ज्याला त्याला आहे त्यापेक्षा अधिक श्रीमंत व्हायचे आहे, अधिक मोठे घर हवे, अधिक सुबत्ता हवी, छोट्या गाडीपेक्षा मोठी गाडी हवी आहे. भलेही ती चालवायला रस्तेच नसतील. परदेशी सहली करायला हव्यात, भलेही तिथल्या देशातील शिस्त आपल्याला आपल्या देशात आणायचीच नसते. तरुण पिढीची ही महत्त्वाकांक्षा कुठेच थांबत नाही.

हल्ली वर्तमानपत्रातून सदोदित विविध विचारवंत लेख लिहीत आहेत की अशा चंगळवादाच्या मागे धावण्यामुळे कुटुंब व्यवस्था विस्कळित झाली आहे. पती-पत्नींचे संबंध दुरावत चालले आहेत. माणूस यंत्रासारखा जगू लागला आहे. यावरून आणखीन एक छोटीशी गोष्ट आठवली.

एकदा एका शेतकऱ्याला देवाने सांगितले, ''तू दिवसभर चालत राहा. जेवढा चालशील तेवढी जमीन तुझी.'' शेतकऱ्याला लोभ झाला आणि चालण्याऐवजी तो धावत सुटला. सूर्यास्त होईपर्यंत त्याने बरीच जमीन काबीज केली खरी, पण सूर्य मावळेपर्यंत धावून धावून त्याचा जीव गेला. अशा प्रकारचा हव्यास धरून सुख थोडेच मिळते?

सुख मिळविण्यासाठी आपल्याला माणूस समजावा लागतो. आयुष्यातील चढउतार हसत हसत स्वीकारावे लागतात. दुसऱ्याचे मन आणि दु:ख जाणून घ्यावे लागते. आपल्यावर जीव टाकणाऱ्या माणसांसाठी त्याग करावा लागतो. दुसऱ्याच्या डोळ्यांतील अश्रू पुसून त्याच्या डोळ्यांत आनंद बघताना जे सुख मिळते ते कुठल्याच दौलतीने विकत घेता येत नाही. आयुष्याच्या शेवटी एकाकी झाल्यावर आपल्यापाशी जर कोणी प्रेमाचे माणूस असेल, तर जे समाधान मिळते ते कुठल्याच पैशांनी कुठल्याच बाजारात मिळू शकत नाही. परदेशी पाहुण्यांची गोष्ट ऐकूनही शेवटी आपल्या अडाणी मच्छिमाराने आयुष्याचा खरा अर्थ ओळखून स्वत:ची जीवनशैली बदलली नाही. यावरून आपणही काही धडा घेणार आहोत का?

●

५

नाती सांभाळा

एका प्राणी संग्रहालयाचा प्रमुख रक्षक संग्रहालयाच्या हद्दीतच राहत असे. काही आपत्ती आल्यास रक्षकाने जवळच असावे, या हेतूने प्राणी संग्रहालयातर्फे त्याला तिथेच निवासस्थान दिले होते. हा माणूस अत्यंत कष्टाळू होता. प्राण्यांवर अतिशय प्रेम करायचा. प्रत्येक प्राण्याची त्याला इत्थंभूत माहिती होती. प्रत्येक प्राण्याच्या आवडी निवडी त्याला ठाऊक होत्या. एवढेच काय, त्या प्राण्यांशी तो एवढा एकरूप झाला होता की, त्यांच्या मनात काय चालले आहे, हेही त्याला समजायचे. थोडक्यात काय, तर हा रक्षक प्राण्यांच्या जगात पूर्णपणे भिनला होता. बाहेरच्या जगाला तो विसरून गेला होता.

घरात त्याची नवीन लग्न होऊन आलेली तरुण पत्नी होती. कित्येकदा हा दुपारचा जेवायलाही घरी यायचा नाही आणि संध्याकाळीही अनेकदा बायकोने निरोप पाठवूनही ''येतो, येतो'' म्हणत या माणसाला घरी पोहोचायला रात्र व्हायची. आला की हातपाय धुवून, जेवण करून तो पुन्हा प्राण्यांच्या फायली समोर घेऊन बसायचा. कुठल्या प्राण्यांकडे लक्ष देण्याची गरज आहे, याची यादी करून तो दुसऱ्या दिवशीच्या कामाची तजवीज करू लागायचा. त्याची बायको बिचारी सारखी त्याला बोलावत राहायची; पण याच्यासाठी प्राण्यांचे हित एवढेच काय, ते महत्त्वाचे होते.

काही दिवसांपासून त्याला एका माकडाच्या मादीची चिंता लागली होती. हे माकडाचे जोडपे प्राणी संग्रहालयात अतिशय आनंदी आणि समाधानी म्हणून प्रसिद्ध पावलेले होते. या रक्षकालाही दोघांचा खूप लळा होता; परंतु अचानक

एक दिवस थोडासा ताप आल्याचे निमित्त होऊन नर माकड मरून गेले. रक्षकाने त्याला वाचविण्यासाठी शर्थीचे प्रयत्न केले; परंतु त्याला यश आले नाही. नर माकडाच्या जाण्याने मादी मात्र फार एकटी झाली. रक्षक विचार करू लागला की, हिला दुसरा कोणीतरी सोबती त्वरित आणून देणे गरजेचे आहे.

परंतु तिच्या स्वभावानुसार तिला सुयोग्य असा वर त्याला सापडेना. तिला जपण्याचे त्याच्या मनात असल्यामुळे तो योग्य त्या नराची वाट पाहत राहिला. इकडे ही मादी दिवसेंदिवस खंगू लागली. जेव्हा जेव्हा रक्षक तिच्या पिंजऱ्यापाशी जाई, पिंजऱ्याच्या जाळीवर हात ठेवून ती मादी आकाशाकडे पाहत उभी असलेली त्याला दिसायची. शेवटी रक्षकाने असे ठरवले की, काहीही करून या मादीसाठी सहचर शोधून आणायचाच. तिच्यासाठी सहचर शोधायला हा दुसऱ्या राज्यात गेला आणि त्याने तिच्यासाठी योग्य तो नर माकड शोधून आणला.

नर माकड पिंजऱ्यात आल्यानंतर काही काळ मादी थोडी संकोचली व भांबावली होती. परंतु हे सगळे थोड्या काळापुरतेच टिकले. लवकरच ती नवीन आलेल्या सहचराबरोबर रुळू लागली आणि थोड्याच दिवसात पुन्हा पहिल्यासारखी आनंदी झाली.

''आज मी सुखाने जाऊन जेवेन, या मादीचे दुःख मी दूर करू शकलो याचे मला फार समाधान आहे'' रक्षक स्वत:शीच म्हणाला. प्राणी संग्रहालयातील काम आटोपून तो घरी गेला. पाहतो, तर त्याची बायको त्याला कुठेच दिसेना! रोज यावेळी ती त्याच्यासाठी जेवण तयार करून त्याची वाट बघत दारात बसलेली असायची. तो घरात आला की, घरातून जेवणाचा सुगंध दरवळत असायचा. आज त्याला ना जेवणाचा सुगंध आला ना बायको दिसली. तिला घरभर शोधत तो त्यांच्या झोपण्याच्या खोलीकडे गेला. त्याला त्याची बायको खिडकीमध्ये पाठमोरी उभी असलेली दिसली. तो तिच्याजवळ गेला. खिडकीचे गज हातात धरून ती आकाशाकडे पाहत शून्यात नजर लावून उभी होती. रक्षकाने तिला स्वत:कडे वळविले आणि जवळ घेतले; परंतु तिच्याकडून कुठलीच संवेदना अथवा प्रतिसाद आला नाही.

रक्षकाला वाटले आपली बायको आजारी आहे. म्हणून त्याने डॉक्टरांना पाचारण केले. बायकोच्या सगळ्या तपासण्या झाल्यानंतर असे निष्पन्न झाले की, फार काळ एकांतात राहून तिची संवेदना थिजून गेली आहे व तिला

मानसिक उपचारांची गरज आहे. तिचे रिपोर्ट हाती आल्यावर डॉक्टर जेव्हा रक्षकाला त्याच्या बायकोची मानसिक स्थिती समजावून सांगू लागले तेव्हा त्याच्या डोक्यात लख्ख प्रकाश पडला. सहचाऱ्यासाठी झुरणारी माकडाची मादी त्याच्या डोळ्यांसमोर आली. पिंजऱ्याच्या जाळीवर हात ठेवून आकाशाकडे बघणारी ती मादी आणि खिडकीचे गज हातात धरून शून्यामध्ये बघणारी त्याची पत्नी दोन्ही रूपे एकच होती; पण आता फार उशीर झाला होता. नाइलाजाने रक्षकाला आपल्या बायकोला मानसोपचारासाठी रुग्णालयामध्ये दाखल करावे लागले.

कामात झपाटलेपण चांगले असते. असे झपाटलेपण असणारी माणसेच आयुष्यात काहीतरी भव्य दिव्य करून दाखवतात हे जरी खरे असले, तरी आपल्या ध्येयाबरोबर आपल्यावर भावनिकदृष्ट्या अवलंबून असलेल्या माणसांना आपण विसरून चालणार नाही. आपल्यासाठी कदाचित ही नाती दुय्यम असू शकतील; पण त्यांच्यासाठी आपणच त्यांचे जग आहोत, हे आपण कदापि विसरता कामा नये. वास्तविक गोष्टीतील प्राणी संग्रहालयाच्या रक्षकाने प्राण्यांवर प्रेम केले, हे खरे असले, तरी स्वतःच्या पत्नीला तो समजू शकला नाही. तिची भावनिक गरज भागविण्यात तो कमी पडला हेही तितकेच खरे. आपण जेव्हा झपाटून एखाद्या गोष्टीच्या मागे लागतो, तेव्हा ती गोष्ट साध्य करताना आपल्या अत्यंत जवळच्या, आपल्यावर अवलंबून असलेल्या नात्यांना सांभाळणेही तितकेच गरजेचे आहे.

●

६

याला जीवन ऐसे नाव

एकविसाव्या शतकात जगताना तंत्रज्ञानाच्या बाबतीत आपण खूपच पुढे गेलो आहोत. दिवसागणिक आणखी पुढे चाललो आहोत. ज्या सुखसोयी किंवा सुविधा आपल्या लहानपणी आपल्याला कधी मिळाल्या नाहीत किंवा ज्यांची आपण कल्पनाही करू शकलो नाही त्या सगळ्या आपल्याला आज उपलब्ध आहेत. मोबाइल फोन, इंटरनेट, वेब कॅमेरा यांनी माणसामाणसातील, देशादेशातील अंतरही कमी केले आहे. आपण मनात आणू त्या माणसाशी क्षणार्धात संपर्क साधू शकतो. अडचणीत असलो, तर मदत मागू शकतो. हे सगळे नवीन तंत्रज्ञानाचेच फायदे आहेत; मात्र या सगळ्यासमवेत आपण एका विचित्र चंगळवादाला बळी पडलो आहोत, हेही तितकेच खरे.

आपल्याजवळ सुबत्ता आहे, समृद्धी आहे. हल्ली बहुतेक तरुण जोडप्यांचे स्वत:चे घर असते, गाडी असते. सतत परदेशच्या वाऱ्या असतात; पण माणसामाणसातील संवाद तुटलेला आहे. जीवनातील आनंद कमी कमी होत चाललेला आहे. हल्ली घटस्फोटांचे प्रमाण विलक्षण वाढले आहे. या घटस्फोटांमागची कारणे बरेचदा अगदी क्षुल्लक असतात असे एका सर्वेक्षणातून निष्पन्न झालेले आहे. मी नुकतेच एका वर्तमानपत्रात वाचले की, बायको जीन्स घालते व ऑफिसमधून उशिरा येते या कारणास्तव एका माणसाने घटस्फोट मागितला. म्हणजे एकीकडे नोकरी करणारी बायकोही हवी. आपल्या कमाईबरोबर तिची कमाईही घरात नित्यनेमाने यायला हवी; मात्र तिचे ऑफिस

उशिरापर्यंत चालत असेल, तर ते आपल्याला चालणार नाही, अशी भूमिका नवऱ्याने घेतली होती. अशा प्रकारच्या अनेक कथा आपल्या कानावर सातत्याने पडत असतात. याचा अर्थ एवढाच की, आपण एकमेकांप्रति असहिष्णु झालेले आहोत.

आपण लहान असताना छोट्या गोष्टीत आनंद घ्यायचो. घरात पंखा नसायचा. उन्हाळ्यात रात्री गरम व्हायला लागले, तर आम्ही वाड्यातील पत्र्यावर जाऊन झोपायचो. चांदण्या पाहत वाऱ्याच्या झुळुकेबरोबर रात्री झोप कधी लागायची समजायचेच नाही. विहिरीवरून पाणी भरून आणायचो; पण त्याचा कधी त्रास वाटला नाही. आता सर्व सुखे हात जोडून समोर उभी आहेत, तरी आपल्या प्रत्येकाच्या आयुष्यात आनंदाची उणीव आहे. समाधानाची उणीव आहे. जे मिळते आहे त्याचा आनंद घ्यायचा सोडून आपण जे मिळत नाही त्यासाठी आयुष्यभर कुढत राहतो. आपला आनंद शोधण्यासाठी आपण नाना प्रकार करून पाहतो. खरे तर आपला आनंद आपल्यापाशीच असतो; परंतु आपण मात्र तो आनंद शोधत जगभर हिंडत राहतो.

हल्ली आपण स्वत:चे व्यक्तिमत्त्व आणि व्यक्तिमत्त्व स्वातंत्र्यावर एवढे फिदा आहोत की दुसऱ्याला सहन करण्याचे, परिस्थितीशी तडजोड करण्याचे विसरूनच गेलो आहोत. घराघरातून डोकावून पाहा. मुलांचे आई-वडिलांशी जुळत नाही, नवरा बायकोचे एकमेकांशी पटत नाही, सुनेला सासू-सासरे नकोसे झालेले आहेत. भावंडे एकमेकांना समजून घेऊन गुण्यागोविंदाने राहत नाहीत. एकूण काय, तर प्रत्येकाच्या जीवनात एक भकासपणा येत चाललेला आहे हे आपल्याला जाणवते आहे. त्याचा उपाय आपण अनेकदा आध्यात्मिक गुरुच्या मागे जाऊन शोधायला लागतो.

या आध्यात्मिक गुरुंच्या प्रवचनांतून काही शिकायला मिळते का, ते शोधणे आणि जीवनातील हरवत चाललेला आनंद पुन्हा मिळविण्याची धडपड करणे, हा आपला छंदच बनून जातो. प्रवचने ऐकता ऐकता आपण चमत्कारांच्या आहारीही जातो. आपल्या प्रत्येक अडचणीवर गुरुने काहीतरी चमत्कार करून आपला मार्ग सुकर करावा, या अपेक्षेपोटी आपण शास्त्रशुद्ध विचार न करता काहीही करायला तयार होतो. कित्येकदा विज्ञानावर निष्ठा असूनही आपण अघोरी उपायही अवलंबतो. अशा अध्यात्मिक गुरुंच्या मागे लागून शेकडो

माणसे फसवली जातात. त्यांचे शोषण होते. हे माहीत असूनही आपण पुन्हा नवनवीन गुरू शोधतच राहतो. दुसऱ्या कोणीतरी आपल्याला आनंदाची गुरुकिल्ली द्यावी म्हणून आपण त्यांच्या भजनी लागतो. आपला आनंद आणि समाधान आपल्यापाशीच असते. पण आपण स्वत:च्या अंतरंगात कधी डोकावूनच पाहत नाही. आपल्या कुटुंबियांसमवेत संवाद साधायचा प्रयत्नही करत नाही.

सगळेच आध्यात्मिक गुरू अध्यात्माच्या नावाने शिष्यांची दिशाभूल करतात असे नाही. काही सद्गुरुही असतात. ते छोट्या छोट्या उदाहरणांमधून आयुष्य कसे जगावे, याचे छान मार्गदर्शन करतात. अशाच एका चांगल्या आध्यात्मिक गुरुंनी आपल्या शिष्यांना प्रवचनासाठी बोलावले. त्यांचा आजचा विषय आनंद हा होता. स्वत:चा आनंद, जीवनातील आनंद. गुरुंनी पोटतिडकीने शिष्यांना मार्गदर्शन केले खरे; पण प्रवचन आटोपल्यावर त्यांच्या लक्षात आले की, केवळ प्रवचनाने भागणार नाही. सर्वांना पटेल असा एखादा प्रयोग करायला हवा. त्यांनी सर्व शिष्यांना सांगितले की, प्रवचनानंतर आपला आजचा अभ्यास संपलेला नाही. आपण आज एक खेळ खेळणार आहोत.

गुरुंच्या आश्रमातील कार्यकर्त्यांनी सर्व शिष्यांना एक एक फुगा दिला आणि त्याचबरोबर एक एक स्केचपेन दिले. गुरुंनी सांगितले की, प्रत्येकाने आपल्या फुग्यावर आपले नाव लिहायचे व आपला आनंद कशात आहे ते लिहायचे. सर्वांनी गुरुच्या आज्ञेनुसार आपापल्या फुग्यावर आपले नाव व ते शोधत असलेल्या आनंदाचे नाव लिहिले. कोणाला पैसा हवा होता, कोणाला मूल हवे होते. कोणी प्रसिद्धीसाठी हपापलेला होता तर कोणाला मन:शांती हवी होती. आश्रमातील कार्यकर्त्यांनी सगळे फुगे शिष्यांकडून गोळा केले आणि एका हॉलमध्ये नेऊन ठेवले.

गुरुंनी शिष्यांना पुन्हा संबोधले आणि सांगितले की, आता सर्वांनी ज्या हॉलमध्ये फुगे ठेवले आहेत तेथे जायचे आहे. मी तुम्हाला तीन मिनिटांचा अवधी देणार आहे. या तीन मिनिटात तुम्ही फुगे ठेवलेल्या हॉलमध्ये जाऊन आपापल्या नावाचा फुगा शोधून आणायचा आणि पुन्हा आपल्या जागी स्थानापन्न व्हायचे.

शिष्यांनी हॉलकडे धाव घेतली. हॉलमध्ये शेकडो फुगे ठेवलेले होते. आपल्या नावाचा फुगा कोणालाच सापडेना. अखेर तीन मिनिटांचा कालावधी

संपत आला असल्याने ज्याने त्याने हातात मिळेल तो फुगा उचलला व सर्व शिष्य दुसऱ्याचा फुगा घेऊन आपापल्या जागी येऊन स्थिरावले.

गुरुंनी शिष्यांना विचारले ज्या शिष्याकडे स्वत:च्या नावाचा फुगा आहे त्याने उभे राहावे. शिष्यांपैकी कोणीच उभे राहिले नाही. कारण कोणालाच स्वत:च्या नावाचा फुगा मिळाला नव्हता. गुरू हसले आणि म्हणाले, ''पाहिलंत? आयुष्याचे हे असे असते. स्वत:च्या नावावर लिहून ठेवलेला फुगा असा अनेकवेळा निसटून जातो. स्वत:पुरता आनंद शोधणाऱ्याचे असेच होते; पण दुसऱ्याच्या आनंदात आनंद मानणारे, दुसऱ्याला आनंद देणारे खरे समाधानी राहतात आणि म्हणूनच फुग्यांचा हा छोटासा खेळ तुम्हाला बरेच काही सांगून जाईल, अशी मी आशा करतो.''

अर्थातच सर्व शिष्यांना हे प्रकर्षाने जाणवले की, स्वत:पुरते जगण्यामध्ये आपला खरा आनंद दडलेला नसतो. आपल्या आजूबाजूच्या लोकांना आनंदी ठेवणे आणि आपल्याला मिळालेला आनंद दुसऱ्यांबरोबर वाटून घेणे यालाच जीवन ऐसे नाव.

●

७

हेट-क्राईम

"दुकानदाराच्या मारहाणीत आमदार पुत्राचा मृत्यू" अशी बातमी वर्तमानपत्रात वाचली आणि टीव्हीवरही पाहिली. उत्तर-पूर्वेमधल्या एका राज्यातून विशीतला एक मुलगा दिल्लीत येतो. एका दुकानात काहीतरी खरेदी करण्यासाठी जातो. त्याची केशरचना जरा वेगळी असते. त्यावरून दुकानदार त्याची टिंगल करतो आणि टिंगल करीतच राहतो. आजूबाजूचे लोकही त्यात सामील होतात. शेवटी ती टिंगल सहन न होऊन तो मुलगा खाली पडलेला एक दगड उचलतो आणि दुकानावर भिरकावतो. दुकानाची काच तडकते. तेवढ्याने दुकानदाराचा पारा चढतो आणि तो आजूबाजूच्या दुकानदारांना बोलावून या मुलाला एवढा तुडवतो की, त्या मुलाला त्याचे प्राण गमवावे लागतात.

वर्णद्वेषावरून, दिसण्यावरून, रंगावरून, जगभरात सातत्याने हत्या होत असतात. भारतातही अशा प्रकारच्या 'हेट क्राइम' म्हणजेच तिरस्कारातून निर्माण झालेले गुन्हे घडत असतात व आपल्याला त्यांच्या बातम्या सातत्याने वाचायलाही मिळतात. गोरी कातडी असणाऱ्यांना काळ्या माणसांचा राग असतो, कोणाला एकमेकांच्या धर्माबद्दल असहिष्णुता असते, कोणाला आपल्या संपत्तीचा व समृद्धीचा माज असतो. अशा वेगवेगळ्या कारणांनी आपण एका माणसाचा जीव घेतो आणि तरीसुद्धा आपण प्रगत आहोत, एकविसाव्या शतकात जगत आहोत आणि आपण महासत्ता होणार आहोत या भ्रमात आपण जगत आहोत.

रुपेरी पडद्याचे जग सर्वांना लोभावून टाकते; परंतु चित्रपटांच्या दुनियेतही तारकांना रंगद्वेष, वर्णद्वेष, जातिभेद या सगळ्या गोष्टींना सर्रास सामोरे जावे

लागते, ही धक्कादायक बातमी माझ्या नुकतीच वाचनात आली. अगदी नामांकित चित्रतारकांनाही काळ्या रंगामुळे फार मानहानी सहन करावी लागली आहे, हे वाचून मला असे वाटले की, सामान्य माणसांचे काय होत असेल?

हरिजनांना न्याय मिळवून देण्यासाठी आपण अनेक वर्षे घालवली. स्त्रियांना समान हक्क मिळवून देण्यासाठी आपण अजूनही झगडतच आहोत. वर्णभेद संपविण्यासाठी जगामध्ये वेगवेगळ्या प्रकारचे प्रयत्न केले जातात आणि तरीही व्यक्तिशः आपण आपली असूया, आपला द्वेष, आपला तिरस्कार लपवू शकत नाही, हे आजचे सत्य आहे. स्त्रिया सुशिक्षित झाल्यापासून अर्थार्जनासाठी घराबाहेर पडल्या. त्यांच्यासाठी सरकारने आरक्षणही दिले; परंतु अनेक कार्यालयांतून एक स्त्री म्हणून त्यांची अवहेलना करण्यात येते; परंतु आपण आपली मानसिकता बदलायला तयार नाही. स्त्रियांच्या सक्षमतेबद्दल अजूनही शंका घेतली जाते हे आपल्या समाजाचे दुर्दैव आहे. स्वतःला सिद्ध केल्याशिवाय स्त्रीला स्वतःच्या अधिकारात काहीच मिळत नाही, हे आजचे वास्तव आहे.

आम्ही लहान असताना आईवडिलांनी आमच्यावर हा संस्कार केला की, जो ब्राह्मणासारखा वागतो, तो ब्राह्मण असतो. जो गुणांनी उजळतो तोच खरा सर्वार्थाने सुंदर असतो. रूप आपल्या हातात नसते; पण चांगुलपणा आपल्या हातात असतो. कुठल्याही क्षेत्रात असलो, तरी उत्कृष्ट काम करून दाखवणे आपल्या हातात असते. अशी माणसे अगदी छोट्याशा गावातली असली किंवा छोट्याशा क्षेत्रातली असली तरी चमकून जातात. त्यांना शोधण्यासाठी जग त्यांच्या पाठी येते. असे असताना अजूनही आपल्या मनातले बुरसटलेले विचार दूर होत नाहीत, आपल्याला आत्मबोध होत नाही, असे खेदाने म्हणावेसे वाटते.

महात्मा गांधींना आपण 'राष्ट्रपिता' म्हणतो. त्यांनी आयुष्यभर अशा वर्णभेदासाठी, जात, धर्म यांच्यासाठी लढा दिला. सत्याग्रह केला, उपास केले आणि अहिंसेच्या मार्गाने न्याय मिळविता येतो, हे जगापुढे सिद्ध करून दाखविले.

बातमी वाचल्यानंतर थोडा वेळ मी सुन्न झाले होते. वेगळी केशरचना हे कारण एखाद्याच्या मृत्यूला कारणीभूत होऊ शकते, हे वाचून मला माझीच लाज वाटली. मी त्या मुलाच्या फोटोकडे निरखून पाहिले. अशाच प्रकारची केशरचना

असलेले कितीतरी साधुसंत या देशात आहेत आणि होऊनही गेले. त्यांच्या पायावर आपण लोटांगणे घालतो त्यावेळेला आपण त्यांच्या केशरचनेचा अथवा दिसण्याचा विचार करत नाही. मग सामान्य माणसासाठी या गोष्टी का बरे महत्त्वाच्या असाव्यात? आपल्या देशामध्ये धर्मावरून आणि जातीवरून जेवढी भांडणे, लढाया आणि युद्धे चालू आहेत त्याला तोडच नाही. या भांडणातून कित्येकदा निरपराध माणसे जिवाला मुकतात. परंतु आपण या गोष्टींकडे अजूनही पुरेशा गांभीर्याने पाहत नाही. जे काय घडले ते दुसऱ्याच्या अंगणात, माझे काय जाते? अशी आपली विचार करण्याची पद्धत आहे; पण आज जे शेजारच्या अंगणात घडत आहे, ते आपल्याही अंगणात घडायला वेळ लागणार नाही याचा विचार आपण कधीच करणार नाही काय?

'पुढच्यास ठेच मागचा शहाणा' अशी आपल्या मराठीत एक म्हण आहे. माझा अनुभव असे सांगतो की, पुढच्याची ठेच पाहून मागचा कधीच शहाणा होत नाही. स्वत:ला ठेच लागल्याशिवाय माणूस भानावर येत नाही. भानावर आला तरी शहाणा होईलच, याची काहीच खात्री नाही.

हॅन्स अँडरसनचे 'अग्ली डकलिंग'चे सुंदर काव्य ग.दि. माडगूळकरांनी मराठीमध्ये आणले-

''एका तळ्यात होती बदके पिले सुरेख
होते कुरूप वेडे पिल्लू तयात एक''

आशाताईंनी गायलेले हे गाणे अजरामर झाले. आपल्यापेक्षा वेगळे बदक म्हणून ज्या पिल्लाला इतर बदकाच्या पिल्लांनी वाळीत टाकले होते, त्याला एक दिवस आपले पाण्यात प्रतिबिंब पाहताना जाणवते की, खरोखरच तो इतरांपेक्षा वेगळा आहे. खरेतर तो एक राजहंस आहे. असे संस्कार आणि संस्कृती सांगणाऱ्या देशाने केशरचनेवरून किंवा दिसण्यावरून एखाद्याला जीवे मारावे, ही गोष्ट जिवाला म्हणूनच लागली.

'साक्षात्कार' नावाची माझी एक कविता या निमित्ताने आठवते –

ब्राह्मण म्हणू नका मला
आडून नाव सांगून जात सांगणारे
आडनावही माझे वगळून टाका,
मी हिंदू, मुसलमान कोणीही नाही

धर्मही विचारू नका मला...
या तुमच्या वर्ण, जातिभेदाने
काय साधलं?
माणसा माणसातलं नातं तुटलं,
वारसाहक्कानं मिळाला
एकमेकांच्या द्वेषाचा अधिकार ...
एकदाच, फक्त एकदाच
माझं नाव लिहून घ्या
जातीच्या रकान्यात 'भारतीय' असे शब्द लिहा
धर्म फक्त 'मानवताच' असू द्या
कदाचित यामुळे आपण भारतीय असल्याचा
होईल कधी तरी आपल्यालाही साक्षात्कार,
हो, आणि धर्मसंरक्षणार्थ
थांबवावा लागेल आपल्याला
हा जीवघेणा नरसंहार...

८

श्रीमंतीची मोजदाद

निरो नावाचा एक जपानी युवक. अगदी लहान वयात यशस्वी झालेला. एका जागतिक कंपनीमध्ये मोठ्या हुद्द्यावर असलेला. त्याच्या मेहनतीचे फळ त्याला मिळाले आणि तो आयुष्यात भराभर प्रगती करीत गेला. वास्तविक त्याची पार्श्वभूमी त्याच्या कष्टाला फारशी पोषक नव्हतीच कधी.

निरोचे वडील हमाली करीत असत. मिळेल ते काम, मिळेल तो दाम. याशिवाय, ते एका अपंग मुलांच्या संस्थेमध्ये नियमाने जात असत. तिथे ते मुलांना जोकरचे कपडे घालून हसवायचे, रिझवायचे. जी मुले निराशेत असतील, त्यांना आशेचा संदेश द्यायचे. निरोला आपले वडील बिलकुल आवडायचे नाहीत. त्याची आई त्याला जन्म देऊन मरण पावली होती. वडिलांनीच त्याला वाढवले होते; परंतु त्याला वडिलांची गरिबी आवडायची नाही. वडिलांचा स्वभाव आवडायचा नाही. आपले वडील आपले प्रेरणास्थान नाहीत, अशी अढी त्याच्या मनात होती. वडिलांनी आपल्याला काहीच दिले नाही असे त्याला सतत वाटायचे. ''मी मात्र स्वत:ला अत्यंत यशस्वी बनवणार आहे,'' असे म्हणत म्हणत निरो मोठा झाला, यशस्वीही झाला आणि वडिलांपासून दूर दुसऱ्या एका शहरात नोकरी करू लागला.

अचानक एक दिवस त्याला एक पत्र आले. ते पत्र त्या अपंगांच्या संस्थेकडून आले होते, जिच्याशी त्याचे वडील जोडलेले होते. त्या संस्थेने पत्रातून निरोचे आभार मानले होते की, त्याने वेळोवेळी संस्थेला दिलेल्या आर्थिक मदतीमुळे कितीतरी मुलांचे आयुष्य सावरले होते. त्या मुलांच्या नावाची यादीही संस्थेने

पत्रासोबत जोडली होती. ही अपंग मुले कुठल्या कुठल्या क्षेत्रात चमकली त्याचेही वर्णन त्या यादीसोबतच होते. त्या संस्थेने निरोला संस्थेला भेट देण्याची विनंती केली होती. संस्थेचा वार्षिक उत्सव होता. त्या उत्सवात एका मोठ्या व्यक्तीकडून निरोला सन्मानित केले जाणार होते.

पत्र वाचून निरो विचारात पडला. मी तर या संस्थेला काहीच मदत केलेली नाही. मी कधी या संस्थेमध्ये वडिलांबरोबर गेलेलोही नाही. मग अनेक वर्षे मी या संस्थेला आर्थिक मदत केली ते कसे?

निरोने संस्थेला फोन लावला. संस्थेतून त्याला असे उत्तर मिळाले की, 'तुम्ही ज्या दिवशी समारंभाला याल त्या दिवशी आम्ही तुम्हाला तुमच्या प्रश्नांची उत्तरे देऊ.' ठरल्या दिवशी निरो त्या संस्थेमध्ये गेला. एका जंगी समारंभात एका प्रतिष्ठित उद्योगपतीकडून निरोचा सन्मान करण्यात आला. प्रसार माध्यमांनी त्याचे फोटो छापले, त्याच्या सामाजिक बांधीलकीचे कौतुक केले. मोठमोठ्या वर्तमानपत्रांतून त्याचे फोटो छापून आले. निरोच्या मनातले प्रश्न अजूनही संपत नव्हते.

समारंभ आटोपल्यावर निरोने संस्थेच्या व्यवस्थापनाला विचारले, ''तुमचा काहीतरी गैरसमज होत आहे का? मी तर तुमच्या संस्थेला कधीच कुठलीच मदत केलेली नाही. मला वाटते, मला हा सन्मान चुकून बहाल केला आहे.''

संस्थेचे चालक हसून निरोला म्हणाले, ''तुझ्या नावाने तुझे वडील हा दानधर्म वर्षानुवर्षे करीत आले. हळूहळू ही रक्कम एवढी मोठी झाली आणि तिने इतक्या मुलांना सावरले की, तुमचे हे ऋण केवळ एका सन्मानाने आम्ही फेडूच शकत नाही.''

निरोच्या डोक्यात लख्ख प्रकाश पडला. त्याला त्याचे बालपण आठवले. दर महिन्याला त्याचे वडील त्याला पॉकेटमनी देत असत. पॉकेटमनीची रक्कम दिल्यावर वर अजून थोडेसे पैसे देत असत. निरोचे डोळे आनंदाने चमकू लागत. तेवढ्यात वडील एक बरणी आणीत. बरणीच्या झाकणाला एक भोक केलेले होते. पॉकेटमनीसाठी दिलेल्या पैशांतून निरोचे वडील काही पैसे काढून घेत आणि त्या बरणीत टाकीत. 'हा तुझा वाटा' असे ते म्हणत. पाठोपाठ 'हा माझा वाटा' म्हणून स्वत:च्या खिशातून तेवढेच पैसे काढून त्या बरणीत टाकीत. निरोला त्यांचा फार राग येई. तो असा रागावला की, त्याचे वडील त्याला म्हणत,

''तुमच्याजवळ काय आहे, यामुळे तुम्ही श्रीमंत होत नाही; तुम्ही दुसऱ्यांना काय देता त्याने तुम्ही श्रीमंत होता.'' निरोला वडिलांच्या बोलण्याचा अर्थ कधीच कळला नाही. असे करता करता निरो मोठा झाला. परीक्षेत त्याला घवघवीत यश मिळाल्याने उत्तम नोकरी मिळाली. त्याच्या अभ्यासाचा, परीक्षेचा, नोकरीच्या ठिकाणी जाण्याचा सगळा खर्च वडिलांनी केला. त्याला पुरेपूर पैसे सोबत दिले आणि आपले आशीर्वादही. निरो घरातून निघाला त्यावेळेला वडील एवढेच म्हणाले, ''अजून पैसे लागले, तर माग माझ्याकडे. संकोच करू नकोस.'' निरोने खांदे उडवले आणि तो घरातून निघून गेला.

त्यानंतर अनेक वर्षे वडील त्याला सतत फोन करीत असत. वर्षातून एकदा तरी रियुनियनसाठी म्हणजे पुनर्भेटीसाठी ये, म्हणून त्याला प्रेमाचा आग्रह करीत असत. निरो मात्र ''मला जमणार नाही, मला खूप काम आहे.'' असे तुसड्यासारखे उत्तर त्यांना देई. वडील ''बरं'' म्हणायचे आणि फोन ठेवायचे. नंतर बराच वेळ एकटेच डोळे पुशीत राहायचे.

निरोला आता उलगडा झाला की, संस्थेने त्याला जे श्रेय दिले होते, खरे तर ते वडिलांचे कर्तृत्व होते. संस्थेने निरोला असेही सांगितले की, 'दर सुट्टीच्या दिवशी तुमचे वडील संस्थेमध्ये यायचे. मुलांना हसवायचे. एखाद्या अधिक निराश झालेल्या मुलाला आशेचा संदेश द्यायचे. त्यातील एक मुलगा आज एक मोठा लखपती झाला आहे. तुमच्या वडिलांनी लहान असताना त्याला दिलेले कार्ड त्याने अजून जपून ठेवले आहे. त्या कार्डाची प्रतिकृती संस्थेमध्ये ठेवलेली होती. त्यावर असे लिहिले होते, ''You don't become rich by what you have. You are rich by what you give." संस्थेमधील मुले तर तुमच्या वडिलांना देव मानत असत. शेकडो मुलांना तुमच्या वडिलांनी आनंद दिला. वडील स्वत: आजारी पडले, तेव्हा त्यांनी कोणाला कळूही दिले नाही. आम्हाला खात्री आहे की, त्यांनी आपल्या आजाराबद्दल तुम्हालाही काहीच कळवले नसणार.'

निरोने नकारार्थी मान हलवली. अखेरच्या श्वासापर्यंत तुमचे वडील संस्थेची सेवा करीत राहिले. निवृत्त झाल्यानंतरही वयोमानाप्रमाणे विश्रांती घेण्याऐवजी ते संस्थेत येत राहिले. त्यातून मिळणाऱ्या पैशांतून ते संस्थेला मदत करत राहिले. संस्थेच्या चालकांनी निरोला उरलेली हकिकत सांगितली.

सन्मानचिन्ह आणि सत्कार सोहळा स्वीकारून निरो वडिलांच्या घरी गेला. वडिलांचा एक जुना फोटो धूळ खात पडलेला होता. आपल्या खिशातून पांढरा शुभ्र रुमाल काढून त्याने त्या फोटोवरची धूळ पुसली. तो फोटो टेबलावर ठेवून निरोने त्यासमोर दिवा लावला. निरोच्या डोळयांतून अखंड अश्रुपात चालू होता. ज्या वडिलांना तो सदैव नावे ठेवत आला, त्यांच्या दारिद्र्याला हसत आला, ते कोणालाही प्रेरणा देत नाही, असे म्हणत आला ते सामान्य वडील केवढे असामान्य जीवन जगले होते, हे कळून निरो नतमस्तक झाला. बराच वेळ तो वडिलांच्या फोटोपाशी बसून होता.

काही वेळाने उठून निरोने वडिलांची ट्रंक उघडली. त्यामध्ये जोकरचा ड्रेस ठेवलेला होता. तो ड्रेस घेऊन निरो त्याच्या शहरात परतला. आता दर सुट्टीला निरो त्याच्या शहरातील अपंग संस्थेत जाऊन स्वत: जोकर होऊन मुलांचे मनोरंजन करतो. निराश झालेल्या मुलांच्या पाठीवर हात ठेवतो आणि त्यांना धीर देतो. अपंग मुलांच्या जीवनात आनंद आणण्याचा प्रयत्न करतो. जे समाधान आणि सुख गडगंज पगार मिळवूनही त्याला मिळाले नाही ते समाधान त्याला सुट्टीचा हा एक दिवस देतो. अपंग संस्थेतील मुलांना तो आपल्या वडिलांच्या कथा सांगतो. त्यांच्या प्रेरणेने मी हे सगळे करतो आहे, हे श्रेय माझे नाही; हे सांगायला तो विसरत नाही. 'तुमच्याजवळ काय आहे त्याने तुम्ही श्रीमंत होत नाही. तुम्ही जे देता त्याने तुम्ही श्रीमंत होता' हेच आता त्याच्या जीवनाचे सूत्र बनले आहे.

●

१

साथीदार

एका डॉक्टरने सांगितलेली ही कथा आहे. हा डॉक्टर एका मोठ्या हॉस्पिटलमध्ये काम करायचा. एक दिवस तो सकाळच्या ड्यूटीवर होता. इमर्जन्सी वॉर्डमध्ये त्याची ड्यूटी होती. आलेल्या रुग्णांना तो मार्गदर्शन करीत होता, मदत करीत होता. थोडक्यात म्हणजे, तो आपल्या कामात अगदी व्यग्र होता.

सकाळची आठची ऊन्हे इमर्जन्सी वॉर्डमध्ये हळूच शिरली होती. डॉक्टरने नजर उचलून बघितले. प्रसन्न सकाळ होती. स्वच्छ ऊन पडले होते. एवढ्यात त्याला दारातून एक वृद्ध गृहस्थ आत येताना दिसले. आत येऊन त्यांनी थेट डॉक्टरांना विचारले, ''मी अमुक अमुक डॉक्टरांचा पेशंट आहे. एका अपघातामध्ये माझे बोट चिरले गेले होते. त्याला त्या डॉक्टरांनी टाके घातले होते. आज टाके काढायला त्यांनी मला बोलावले आहे. माझे डॉक्टर मला कुठे भेटतील?''

इमर्जन्सी वॉर्डमधील डॉक्टरने चौकशी केली, तेव्हा त्याला कळले की, त्या वृद्ध गृहस्थाचे डॉक्टर एका ऑपरेशनमध्ये गुंतले होते. म्हणजे निदान एक तासभर तरी ते तिथून बाहेर पडू शकणार नव्हते. त्याने तसे त्या वृद्ध गृहस्थांना सांगितले.

वृद्ध गृहस्थांनी आपल्या घड्याळाकडे बघितले आणि ते या डॉक्टरला म्हणाले, ''मला इथे थांबायला फक्त एक तासाचा अवधी आहे. नऊ वाजता माझी दुसरीकडे अपॉईंटमेंट आहे.''

डॉक्टरला वाटले की, या माणसाला दुसऱ्या डॉक्टरांकडे जायचे असावे. त्याने या वृद्ध माणसाचे बोट बघितले. टाके तर सुकले होते. जखम बरी झालेली होती. टाके काढायला काहीच हरकत नव्हती. या डॉक्टरने ठरवले की, आपण या माणसाचे काम करून द्यायचे. त्याने त्या वृद्ध गृहस्थांना विचारले, ''तुमचे टाके मी काढले तर चालतील का? मीसुद्धा एक डॉक्टरच आहे.'' वृद्ध गृहस्थांनी होकारार्थी मान हलवली. ते म्हणाले, ''एक तासातच हे काम होईल ना? मला नऊ वाजेपर्यंत तिथे पोहोचलेच पाहिजे.''

डॉक्टर हसला आणि म्हणाला, ''नऊच्या आतच काम होईल. काळजी करू नका.'' त्याने त्या वृद्ध गृहस्थाचे टाके काढले. जखम भरलेली पाहून त्याला पुढे काय करायचे, याच्या सूचना दिल्या. औषधांची माहिती दिली आणि उत्सुकतेपोटी विचारले, ''तुम्ही सारखे पुढच्या अपॉईंटमेंटसाठी जायचे आहे म्हणत आहात. कुठल्या दुसऱ्या डॉक्टरांकडे जायचे आहे का तुम्हाला? कुठे दूर जायचे आहे का? कारण तुम्ही सारखे घड्याळाकडे पाहत आहात. तुमचे कारण खासगी असेल, तर सांगू नका; पण मला उत्सुकता वाटली म्हणून.''

ते वृद्ध गृहस्थ मंद हसले आणि म्हणाले, ''तसे काही विशेष नाही. मला कुठल्याही डॉक्टरांकडे जायचे नाही. पण अपॉईंटमेंट मात्र महत्त्वाची आहे.'' या डॉक्टरने भुवया उंचावल्या आणि वृद्ध गृहस्थ काय म्हणतात त्याकडे तो कान देऊन ऐकू लागला. ''नऊ वाजता मला माझ्या बायकोबरोबर नाश्ता घ्यायचा आहे. ती गेली पाच वर्षे एका 'सॅनिटोरियम'मध्ये आहे.''

''सॅनिटोरियम'मध्ये? डॉक्टरने प्रतिप्रश्न केला. ''त्यांना काय आजार आहे?''

वृद्ध गृहस्थ थोडा वेळ काहीच बोलेले नाहीत. त्यांच्या डोळ्यांत अश्रू चमकले. ते म्हणाले, ''तिला अल्झायमर झाला आहे. गेली पाच वर्षे ती त्या सॅनिटोरियममध्येच आहे. मी रोज सकाळी नऊ वाजता तिच्याकडे जाऊन तिच्याबरोबर नाश्ता घेतो.''

''पण तुमच्या बायकोला समजते का तुम्ही त्यांच्यासाठी एवढी धडपड करून रोज धावत पळत त्यांच्याकडे पोहोचता ते?''

ते वृद्ध गृहस्थ म्हणाले, ''छे, छे! तिला काहीच आठवत नाही. मी कोण आहे, हेही तिला माहिती नाही. ती मला ओळखत नाही. मी फक्त तिच्याबरोबर

बसतो आणि आम्ही एकत्र नाश्ता घेतो. ती माझ्याकडे बघून हसते. कोणीतरी साथीदार असल्याचे तिला जाणवते. कृतज्ञतेने ती हसते, मीही तिच्याकडे बघून हसतो आणि नाश्ता झाल्यावर मी माझ्या कामाला निघून जातो.''

''पण आपल्याला न ओळखणाऱ्या बायकोकडे रोज एवढे नियमाने जाण्याचे कारण काय? त्या जर तुम्हाला ओळखतच नाही, तर त्यांच्यासाठी तुम्ही एवढा जीव का टाकता? डॉक्टरने त्या माणसाला विचारले.

ते वृद्ध गृहस्थ थोडा वेळ विचार करीत राहिले आणि म्हणाले, ''तुम्ही म्हणता ते खरे आहे. माझी बायको मला ओळखत नाही. पण मी ओळखतो ना तिला? आम्ही एवढी वर्षे एकत्र राहिलो आहे. सगळे आयुष्य एकमेकांच्या साथीने व्यतीत केले आहे. आम्ही एकत्र सुखदुःखे झेलली आहेत. जीवनातील चढउतार पाहिले आहेत. आता तिला 'अल्झायमर' झाला आहे. ती मला ओळखेनाशी झाली म्हणून मीही तिची ओळख विसरावी?

त्या वृद्ध गृहस्थाचे बोलणे ऐकून डॉक्टरच्या डोळ्यांतून अश्रू वाहू लागले. तो म्हणाला, ''आपल्या लग्नाला किती वर्षे झाली?''

वृद्ध गृहस्थ म्हणाले, ''पन्नास वर्षे पूर्ण झाली. पन्नास वर्षापूर्वी मी तिला पाहिले आणि तिच्या प्रेमात पडलो. मी तिला मागणी घातली आणि आमचे लग्न झाले. तिने माझा संसार सुखाचा केला. मला मुले दिली. मुले मोठी होऊन पाखरासारखी उडून गेली, त्यांचे त्यांचे आयुष्य जगू लागली. पण माझ्या पत्नीने माझी साथ सोडली नाही. मी स्वभावाने फार संतापी आणि विक्षिप्त होतो. अनेकदा मी तिला वाईटसाईट बोललो आहे. तिच्याशी अन्यायकारक वागलो आहे. पण तिने माझ्यावर प्रेम करण्याचे कधीच सोडले नाही. तिने माझ्या दोषांसकट मला स्वीकारले. कधी मित्रमैत्रिणींसोबत गप्पा मारताना तिने माझ्याबद्दल अपशब्द काढले नाहीत. आमचा संसार सुखाचा आहे, असेच ती नेहमी म्हणायची.''

''एकांतात असलो की, ती मला असं सांगायची 'आयुष्य म्हणजे काय असते? केवळ प्रेम असते.' हे प्रेम फार मूल्यवान असते. एकेकाळी माझ्याकडे फारसे पैसेही नव्हते, तरी तिने माझ्या मिळकतीत समाधान मानले. प्रत्येक गोष्टीचा आनंद घेतला. मग आता तुम्हीच सांगा, अशा बायकोला, आता ती मला ओळखत नाही या कारणास्तव मी सोडून देऊ शकतो का? तिला रोज

नऊ वाजता भेटायची वेळ मी टाळावी का? ती मला ओळखत नाही पण मी तिला ओळखतो. ती मला ओळखत नाही पण माझे प्रेम ओळखते. नवरा म्हणून नसेल; पण रोज येणारा एक साथीदार म्हणून ती माझ्याकडे पाहून हसते आणि माझ्या प्रेमाला अभिवादन करते, हे पुरेसे नाही काय?''

वृद्ध गृहस्थाचे बोलणे ऐकून डॉक्टर मनातल्या मनात ओशाळला. हल्लीच्या गतिमान आयुष्यात जरा बेबनाव झाला की, आपल्या जोडीदाराला सोडून देण्याची संस्कृती एवढी फोफावत चालली आहे की, त्या पार्श्वभूमीवर या वृद्ध गृहस्थाची कथा हेलावून टाकणारी होती.

त्या डॉक्टरला आपल्या पत्नीची आठवण आली. त्यांच्या आपापसातील भांडणांची आठवण झाली. आपण काहीतरी टोकाची भूमिका घ्यायला निघालो होतो. घटस्फोटाचा विचार करीत होतो पण या वृद्ध गृहस्थांनी आपल्या डोळ्यांत अंजन घातले, हे जाणवून त्या डॉक्टरने मनोमन त्या वृद्ध गृहस्थांना सलाम केला.

●

१०

आनंदाची व्याख्या

एका श्रीमंत बाईकडे सगळे वैभव असते. तिच्या आयुष्यात कशाचीच कमतरता नसते. एवढे असूनही तिचे मन अस्वस्थ असते. तिने काही नवीन खरेदी केली, तरी त्याचा आनंद काही क्षणच टिकायचा. नवीन पदार्थ खाल्ले, तरी तिचे समाधान पूर्णत्वाने होत नसे. थोडक्यात काय, तर तिच्या मनाला अक्षय आनंदाची आस होती. नेमका तोच आनंद तिला मिळत नव्हता.

तिने पुष्कळ डॉक्टरांचा सल्ला घेतला. अनेक मित्रमैत्रिणींबरोबर मजा करून आपले जीवन आनंदात घालविण्याचा प्रयत्न केला; परंतु तिला कशानेच बरे वाटेना. अखेर तिने मानसोपचारतज्ज्ञाकडे जाण्याचा निर्धार केला. मानसोपचारतज्ज्ञाला भेटून तिने आपली व्यथा त्याला सांगितली. त्यानेही तिची कथा शांतपणे ऐकून घेतली.

''तुम्हाला काय वाटते, तुमचे सुख कशात आहे?'' तज्ज्ञाने तिला विचारले. ती म्हणाली, ''हे मला समजत असते, तर मी तुमच्याकडे आले असते का?'' मानसोपचारतज्ज्ञाने तिला पुढच्या भेटीची वेळ दिली.

पुढल्या आठवड्यात त्या बाईला तज्ज्ञाने पुन्हा पाचारण केले. ''आज मी तुम्हाला अशा एका बाईची ओळख करून देणार आहे जी अत्यंत समाधानी आहे. तशी तर ती एक साधी झाडूवाली आहे. माझ्या ऑफिसमध्ये रोज ती झाडू मारते. मी तिला कधीही दुःखी बघितले नाही. ती सतत गात असते. तिच्या या आनंदी स्वभावाने ऑफिसमध्ये येणारी माणसेही आनंदी होतात. ती प्रत्येकाला नमस्ते म्हणते आणि प्रत्येकाकडे हसून पाहते.''

श्रीमंत बाई आश्चर्याने म्हणाली, ''ही बाई मला आनंदाचा मंत्र देणार? तिची आणि माझी काय बरोबरी? तुम्ही निदान आमच्या दोघीत केवढा फरक आहे याचा तरी विचार करायचा होता.'' मानसोपचारतज्ज्ञ किंचित हसला आणि म्हणाला, ''बाई, तुम्ही म्हणता ते अगदी बरोबर आहे. माझ्या झाडूवालीची आणि तुमची बरोबरी होऊच शकणार नाही; परंतु तुम्ही एकदा तिची गोष्ट ऐका. तुम्हाला पटली आणि तुमचा आनंद तुम्हाला मिळाला, तर मला समाधान वाटेल. समजा तुम्हाला तिचे बोलणे निरर्थक वाटले, तर सोडून द्या. आपले एकच सेशन वाया जाईल. तुम्ही मला त्याचे पैसेही देऊ नका.''

मानसोपचारतज्ज्ञाने झाडूवाल्या बाईला बोलाविले. ती हसत हसत आली. हातातला झाडू तिने बाजूला ठेवला. विनम्रपणे ती श्रीमंत बाईपासून थोड्या अंतरावर बसली. तिला तिने प्रणाम केला आणि ती बोलू लागली,

''बाई, मी फार लहान माणूस आहे. तुमच्यासारखे माझे जग मोठे नाही. पण माझ्या छोटयाशा आयुष्यात मी सुखी होते. माझा नवरा चांगला होता. आम्हाला एक छान मुलगाही होता. अचानक माझे नशीब फिरले. नवऱ्याला अगोदर ताप आला. औषधपाणी चालूच होते. त्याला मलेरिया झाल्याचे फार उशिरा आम्हाला कळले. औषधे बदलली; परंतु काही उपयोग झाला नाही. थोडयाच दिवसात माझा नवरा मला सोडून गेला. ते दुःख पचवायला मला फार वेळ लागला. माझा नवराच माझे सर्वस्व होता. नशिबाने मात्र माझ्यावर पुन्हा एकदा अन्याय केला. आमचा तरणाताठा गोंडस मुलगा एक दिवस अपघातात वारला. त्याच्या बाईकला कोणीतरी मागून धडक दिली. मुलगा गेला ते गेला; पण त्याचा मारेकरीही नाही सापडला. या आघाताने मात्र मी पुरती कोसळून गेले. मला कशातच आनंद वाटेना. एवढेच काय माझ्या मनात अनेकदा आत्महत्येचे विचारही आले.

एक दिवस अशीच मी निराश अवस्थेत कामावरून परत येत होते. रात्र झाली होती. थंडीही फार वाढली होती. घराची किल्ली लावून दार उघडत असताना मला एक छोटसे मांजराचे पिल्लू घराच्या पायऱ्यांवर दिसले. मी पाहिले, ते थंडीने कुडकुडत होते. बहुदा उपाशीही असावे. मला त्याची दया आली. मी त्याला उचलून घरात आणले. त्याला दूध पाजले. स्वयंपाकघरात ऊब असते म्हणून तिथे त्याला ठेवले. तासाभरातच ते पिल्लू हुशार झाले. आनंदाने माझ्याभोवती बागडू लागले. आपले अंग माझ्या पायाला घासू लागले. त्याचा आनंद पाहून मलाही खूप आनंद झाला. अचानक माझ्या लक्षात आले की, माझ्या एका छोट्या कृतीने मी एका पिल्लाला एवढा आनंद देऊ शकले. असाच आनंद मी जर माझ्या

आजूबाजूच्या लोकांना दिला, तर माझ्याही जीवनात केवढा आनंद निर्माण होईल! त्या दिवसापासून मी ठरवले की, आपण इतरांना आनंद द्यायचा.

दुसऱ्या दिवशी मी ताजी बिस्किटे बनविली आणि माझ्या आजारी असलेल्या शेजाऱ्याला नेऊन दिली. त्याला 'लवकर बरा हो' असेही म्हटले. मला वाटले नव्हते की, माझ्या जाण्याने आणि एवढ्याशा भेटवस्तूने माझ्या शेजाऱ्याला एवढा आनंद होईल.

त्यानंतर मी ठरवले की, आपण रोज कोणा एकाला तरी आनंद द्यायचा. माझे हे व्रत अनेक वर्षे अव्याहत चालू आहे. मला वाटते, माझ्या एवढे समाधानी आणि आनंदी जगात कोणीच नसेल. मी रोज शांत झोपते आणि सकाळी उठल्यावर आनंदाचा विचार करतच उठते.''

तिची कथा ऐकत असताना त्या श्रीमंत बाईच्या डोळ्यांतून अखंड अश्रू वाहत होते. आपण श्रीमंतीत जगलो; पण पैशाने न मिळणारा आनंद आपल्याला कधीच विकत घेता आला नाही, सापडलाही नाही असे वाटून ती बाई मनोमन वरमली.

झाडूवाली पुढे म्हणाली, ''जीवनाचे सौंदर्य तुम्ही किती आनंदी आहात, सुखी आहात यात नाही. तुम्ही इतरांना किती आनंदी केले याने तुमच्या जीवनाचे सौंदर्य मोजता येते. आयुष्याचे ध्येय आनंद मिळविणे, हे नसून आनंदाचा प्रवास करणे हे आहे. जीवनातला आनंद उद्या मिळेल म्हणून वाट पाहायची नसते. तो आजच मिळवायचा असतो. आपला आनंद दुसऱ्यावर अवलंबून असत नाही. आनंदी राहणे हा आपला निर्णय असतो. म्हणूनच म्हणते की तुमच्याजवळ काय आहे त्याने तुम्ही आनंदी आहात की, नाही हे ठरत नाही. तुम्ही दुसऱ्यांना किती आनंद देऊ शकता यावरच आनंदाचे गणित सोडवता येते.''

श्रीमंत बाई भारावून जाऊन झाडूवालीचे शब्द मनात साठवून ठेवत होती. मानसोपचारतज्ज्ञाने तिच्याकडे अर्थपूर्ण नजरेने पाहिले. मॅडम, तुम्हाला आपला वेळ वाया गेला असे वाटत असेल, तर मी आपली क्षमा मागतो. आजच्या सेशनची फी सुद्धा तुम्ही भरू नका.''

श्रीमंत बाई थोडी सावरली आणि हळूहळू बोलू लागली, ''आज मला आयुष्याचे जे गुपित कळले आहे, त्यासाठी मी माझी सर्व दौलत द्यायला तयार आहे. मला वाटले होते, एक झाडूवाली मला काय ज्ञान देणार; परंतु तिने जे सोपे करून सांगितले त्याला तोड नाही. आजपासून मीही आनंदात राहणार आणि माझा आनंद इतरांना वाटत राहणार.'' आनंदाची ही सोपी व्याख्या चला आपणही शिकूया. ●

११

न वठलेला चेक

गोष्ट पाश्चात्य देशातली आहे; पण आपल्यालाही लागू पडणारी आहे. एका बागेत मध्यम वयाचा एक माणूस बाकावर बसला होता. चिंतेत दिसत होता. आपले डोके दोन्ही हातांमध्ये गच्च पकडून तो खाली मान घालून बसला होता. त्याचा शर्ट अर्धवट बाहेर आलेला, अर्धवट पँटमध्ये खोचलेला होता. त्याचा टाय सैल होऊन छातीपाशी लटकत होता. तो गृहस्थ चांगला श्रीमंत असावा असे वाटत होते.

तो एक व्यावसायिक होता. त्याचा व्यवसाय खूप मोठा होता. त्याचे अनेक उद्योग होते. खूप तरुणपणी त्याने व्यवसायात उडी मारली होती. तो यशस्वीही झाला होता. वर्षामागून वर्षे त्याची भरभराट होत होती. अचानक बाजारात मंदी आली. या माणसाचे खूप नुकसान झाले. त्याने बरेचसे कर्ज बाजारातून उचलले होते. त्याची परतफेड करायला त्याला जमत नव्हते. देणेकरी त्याला सतवत होते. त्याच्या घरी, ऑफिसमध्ये सतत येऊन त्याला त्रास देत होते. वेळच कठीण होती. पूर्ण देशाची अर्थव्यवस्था कोलमडली होती. सगळ्यांनाच आर्थिक विवंचनेतून जावे लागत होते.

या माणसाला आपल्या अडचणीतून बाहेर पडण्याचा मार्ग दिसत नव्हता. तो बागेत एका बाकावर बसून देवाला प्रार्थना करीत होता की, काहीतरी चमत्कार घडावा आणि त्याचा मार्ग सुकर व्हावा. आणि काय आश्चर्य! अचानक त्याच्या समोर एक माणूस आला आणि त्याला म्हणाला, ''मला वाटते, तुम्ही फार अडचणीत आहात. धंद्यात तुमचे नुकसान झालेले दिसते. मी तुम्हाला मदत

करू इच्छितो. तुमचे नाव मला सांगितले, तर मी तुम्हाला आर्थिक मदत करू शकतो.'' त्या माणसाने अनिच्छेने आपले नाव समोरच्या गृहस्थाला सांगितले. त्या माणसाने शांतपणे आपल्या खिशातून चेकबुक काढले व त्यावर आपली स्वाक्षरी करून त्या माणसाच्या नावाने चेक लिहून त्याच्या हाती दिला.

''हा चेक म्हणजे दान समजू नका. मी तुम्हाला कर्ज देत आहे. मात्र त्या बदल्यात तुम्ही तुमचा धंदा सावरा. पुढच्या वर्षी याच दिवशी, याच वेळेला मी तुम्हाला इथेच भेटेन. त्यावेळी तुम्ही मी दिलेली संपूर्ण रक्कम मला परत करायची आहे. या कर्जाला हवेतर बिनव्याजी कर्ज म्हणा.''

अडचणीतल्या माणसाने चेक घेताना त्या भल्या गृहस्थाचे नाव विचारले. ''रॉकफेलर म्हणतात मला.'' एवढे बोलून तो माणूस झपाझप पावले टाकत निघून गेला. अगदी दिसेनासा झाला. अडचणीतल्या माणसाने चेकवरची रक्कम वाचली आणि त्याचे डोळे पांढरे झाले. तब्बल पाच लाख डॉलर्सचा चेक होता. देणाऱ्याची कमाल होती. कुठलाच परिचय नसताना माझ्यासारख्या हरलेल्या माणसाला एवढी मोठी रक्कम देणे, हा जुगारच आहे असे त्याला वाटले.

या माणसाने ठरविले की, आपण हा चेक वठवायचा नाही. आपणच आपल्या धंद्यामध्ये लक्ष घालून त्याला पुनर्जीवित करायचे. नुकसानीतले व्यवसाय बंद करायचे. कर्जाच्या मुदती वाढवून घ्यायच्या. प्रत्येक धंद्यात स्वतः लक्ष घालायचे. आपल्या जवळ पाच लाख डॉलर्सची रक्कम तयारच आहे. त्यामुळे आता आपला कर्जबाजारीपणा सहज संपेल. त्या माणसाने आत्मविश्वासाने व नव्या उमेदीने आपला कारभार पुन्हा सुरू केला. आधीच्या करारांच्या मुदती वाटाघाटी करून पुन्हा वाढवून घेतल्या. कर्जपरतीचे वेळापत्रकही बदलून घेतले. हा माणूस प्रत्येक व्यवहाराकडे बारकाईने पाहत असल्याने जिथे जिथे पूर्वी पैसा वाया जात होता, तिथे त्याने पैशाचे पूर्ण नियोजन केले. काही महिन्यांनंतर त्याचा धंदा पूर्वीसारखा जोम धरू लागला. बघता बघता एक वर्ष संपत आले. आता हा माणूस पूर्ण स्थिरावला होता. धंद्यात बरकत येत होती.

एक वर्षानंतर ठरलेल्या दिवशी तो पुन्हा त्याच बागेत गेला. त्याच बाकावर बसला. रॉकफेलर साहेबांची आतुरतेने वाट पाहू लागला. थोडयाच वेळात रॉकफेलर तिथे आले. ते या माणसाकडे बघून मंद स्मित करीत होते. या माणसाला आपल्या कर्तृत्वाची यशोगाथा केव्हा एकदा रॉकफेलरना सांगतो,

असे झाले होते. त्याला वाटले ते त्याचे तोंडभरून कौतुक करतील. आपल्या खिशातला न वठवलेला पाच लाख डॉलर्सचा चेक त्याने अभिमानाने बाहेर काढला. आता तो चेक त्यांच्या हातात देणार एवढयात त्याने पाहिले एक नर्स रॉकफेलरकडे धावत आली. त्यांचा दंड धरून ती त्यांना म्हणाली, ''दरवेळेला असे पळून जाता काय? तुमच्या अशा वागण्याने माझी नोकरी जाईल.''

हातात चेक घेऊन बसलेला माणूस आश्चर्यचकित होऊन त्या नर्सचे बोलणे ऐकू लागला. त्याने तिला विचारले की ती एवढ्या मोठ्या माणसाशी अशा धसमुसळेपणाने व अनादराने का बोलत आहात? ''तुम्हाला माहिती नाही काय की तुमच्या समोर उभी असलेली असामी दुसरी तिसरी कोणी नसून प्रत्यक्ष जॉन रॉकफेलर आहेत?''

त्यावर ती नर्स हसली आणि म्हणाली, ''हा माणूस मानसिक रुग्ण आहे. तो स्वत:ला रॉकफेलर समजतो. गेल्या वर्षी हा माणूस पळाला होता. याही वर्षी त्याने पुन्हा हॉस्पिटलमधून पळ काढला आहे. याच्यामुळे माझी नोकरी जाईल. तुम्ही त्याच्यावर विश्वास ठेवू नका.''

कर्ज घेणारा माणूस वर्षभर या थाटात करार करीत होता, नवीन धंदा पुन्हा सुरू करीत होता की, आपल्या जवळ पाच लाख डॉलर्स केव्हाही तयार आहेत. त्याच्या आयुष्यात घडलेली किमया अस्तित्वात नसलेल्या रकमेमुळे घडली होती. विचार करता करता त्याला उमजले की, त्याचे आयुष्य बदलले होते त्याच्यातील आत्मविश्वासामुळे, पाच लाख डॉलर्सच्या चेकमुळे नाही. त्याची मेहनत, त्याचे परिश्रम यामुळे त्याच्या आयुष्यात चमत्कार घडला होता.

हातातला खोटा आणि न वठवलेला चेक त्याने चुरगाळून फेकून दिला. त्याचबरोबर मनाचा कमकुवतपणाही. तो मोठ्याने हसला, बाकावरून उठला आणि आपल्या धंद्याकडे लक्ष द्यायला पुन्हा आपल्या ऑफिसकडे वळला. चला तर आपणही त्या संकटातल्या माणसाकडून न वठलेल्या चेकची कथा ऐकून पुन्हा नव्या जोमाने आपापल्या व्यवसायात लक्ष घालूया.

●

१२

शिकवण

एका गावात एक श्रीमंत कुटुंब राहात होते. पिढ्यान् पिढ्या त्यांची श्रीमंती सर्व गावाला माहिती होती. होता होता ते गर्भश्रीमंत झाले. त्या छोट्याशा गावात जेव्हा इतरांकडे छोटी छोटी घरे होती तेव्हा त्यांचा आलिशान बंगला होता, अगदी महालासारखा. बंगल्याभोवती मोठी बाग होती, पाण्याची कारंजी होती, फुलांचे ताटवे होते. त्यांच्या तबेल्यात अनेक उत्तम घोडे होते. त्यांच्याच बरोबरीने आधुनिक मोटारीही होत्या. त्यांच्या उद्योगधंद्यातून त्यांना भरघोस नफा मिळत होता.

त्या कुटुंबातील तरुण वयाच्या वडिलांना आपल्या संपत्तीचा, आपल्या समृद्धीचा फार अभिमान वाटायचा. एक दिवस त्यांनी आपल्या सहा-सात वर्षांच्या मुलाला जवळ बोलावले आणि सांगितले की, ''बाळा, आपण किती श्रीमंत आहोत माहीत आहे का तुला?'' मुलगा काहीच बोलला नाही. ''अरे, आपल्याजवळ किती आहे हे तुला तेव्हाच कळेल जेव्हा तू गावात एक फेरफटका मारशील आणि बघशील की, इतरांकडे काय आहे आणि तुझ्याजवळ काय आहे.'' मुलगा तरीही काहीच बोलला नाही. तो बाबांचे बोलणे लक्षपूर्वक ऐकत होता आणि कसला तरी विचार करीत होता.

बाबा म्हणाले, ''चल माझ्याबरोबर.'' त्यांनी नोकराला बग्गी जोडायला सांगितली आणि एका आलिशान घोडागाडीतून ते गावाचा फेरफटका मारण्यासाठी आपल्या मुलाला सोबत घेऊन निघाले. जवळ-जवळ दोन तास त्यांनी गावाची सैर केली. प्रत्येक ठिकाणी थांबून ते मुलाला दाखवत होते ''ही बघ गरिबांची घरे आणि आठव आपला महाल. हे बघ, ते लोक विहिरीतून पाणी काढून घेतात, आपल्याकडे नळाला धो धो पाणी येते. त्यांच्या घरासमोर कोंबड्यांची खुराडी

आहेत, आपल्या घराभोवती बाग आहे, पोहण्याचा तलाव आहे, कारंजी आहेत. बागेत रात्री चमचमणारे विलायती दिवे आहेत. बघ विचार कर, आपण कुठे आहोत आणि हे गरीब गावकरी कुठे आहेत!'' मुलगा सगळे बघत होता. वडील सांगतील ते ऐकत होता. तरीही तो काहीच बोलला नाही.

गावातील फेरफटका संपवून मुलगा आणि वडील घरी आले. जेवणे झाल्यावर वडिलांनी मुलाला आपल्या खोलीत बोलावले आणि विचारले, ''मी तुला आज गावात फेरफटका मारायला घेऊन गेलो होतो ते गावकऱ्यांमधली आणि आपल्यातील तफावत दाखविण्यासाठी. मी मुद्दाम तुला प्रत्येक ठिकाणी नेले आणि थांबवून तुला सगळी माहिती दिली. आपली श्रीमंती आणि समृद्धी त्यांच्यापेक्षा कितीतरी पटीने जास्त आहे. मला तुझ्याकडून ऐकायचे आहे की, हे सगळे बघून तुला काय वाटले.''

मुलगा जरा वेळ काही बोलला नाही. बाबांनी खूप आग्रह केल्यानंतर त्याने मान उचलून आपल्या बाबांकडे शांतपणे पाहिले. आपले दोन्ही हात एकमेकांमध्ये गुंतवून त्याने आपल्या हनुवटीखाली धरले आणि तो म्हणाला, ''बाबा, आपण पाहिले की, आपल्याजवळ मोठा महाल आहे आणि गावातील लोकांजवळ छोटी छोटी घरे आहेत. छोटी असली तरी त्यात कुटुंबे नांदतात.त्यातील माणसे एकमेकांवर प्रेम करतात, एकमेकांसाठी त्याग करतात, एकमेकांना आनंद देतात. त्यांचा आनंद, सुख आणि समाधान त्यांच्या घराच्या आकारावर अवलंबून नाही, हे मला समजले.''

''बाबा, तुम्ही म्हणालात आपल्याकडे खूप मोटारगाड्या आणि घोडे आहेत. गावातील लोकांना मी बैलगाडीतून किंवा पायी फिरताना बघितले. तेव्हा मला जाणवले की, ही सगळी माणसे निसर्गाच्या किती जवळ आहेत. त्यांचे रोजचे बरेच चालणे होत असल्यामुळे ही सर्व माणसे निरोगी आहेत. दुसरे म्हणजे त्यांना आपल्या मोटारगाडीचा अथवा घोड्यांचा हेवा नाही. आपण गावातून फेरफटका मारीत असताना आपल्याकडे कोणीही असूयेने बघत नव्हते. जो तो आपले काम करीत होता. याचाच अर्थ गावातील कोणालाही आपल्या श्रीमंतीचे वैषम्य वाटल्याचे मला दिसले नाही.''

''बाबा, तुम्ही म्हणालात आपल्या घराभोवती मोठी बाग आहे, पोहण्याचा तलाव आहे. पण बाबा गावातील लोकांजवळ एवढी मोठी नदी आहे. मी बघितले की, त्या नदीवर कितीतरी मुले खेळत होती, तिथल्या पाण्यात स्वच्छंदपणाने डुंबत होती, आनंदाने आरोळ्या मारीत होती. बाया-बापडया नदीवरून पाणी भरून नेत

होत्या. अनेक पुरुष नदीतील पाणी घेऊन आपल्या जनावरांना एका बाजूला धुवत होते. आपल्या कारंज्यापेक्षा नदी किती मोठी आहे ना बाबा?''

''बाबा, तुम्ही म्हणालात आपल्या बागेमध्ये विलायती दिवे आहेत. रात्री ते दुधाळ प्रकाश देतात. असे दिवे गावात कोणाकडेच नाहीत. बाबा, मी पाहिले गावातील सगळे लोक रात्रीच्या टिपूर चांदण्यात मस्त मजेत आपल्या अंगणात बसले होते. कोणी गात होते, कोणी खाटेवर पहुडले होते, आया आपल्या मुलांना अंगाई गीत गाऊन आकाशाच्या छताखाली निजवित होत्या. आकाशातील तारेच त्यांचे दिवे होते. त्यांना कशाची चिंता नव्हती, आपल्या गरिबीची लाज वाटत नव्हती.''

''बाबा, मला असे वाटले की, आपल्या गावातील लोक ऐश्वर्यशाली आहेत. निसर्गाचा पुरेपूर आनंद ते घेतात आणि स्वत:ला धन्य समजतात. मी कोणालाही द्वेष अथवा मत्सराने पछाडलेले पाहिले नाही. उलट आपली घोडागाडी जात असताना अनेक लोक आपल्याला हात हलवून, हसून अभिवादन करीत होते.''

''बाबा, मला तुम्हाला धन्यवाद द्यायचे आहेत. तुम्ही फार विचारपूर्वक मला फिरायला नेलेत. हे सगळे बघण्याची संधी मला मिळाली. एक चांगला माणूस बनण्यासाठी काय करावे लागते, हे मला तुम्ही दोन तासांतच शिकवले. तेही कुठलाही उपदेश न करता. बाबा, मी तुमचा मनापासून ऋणी आहे. मीही तुम्हाला एक चांगला माणूस होऊन दाखवीन. मग तुमच्या वृद्धापकाळात तुम्हाला माझा अभिमान वाटेल आणि तुम्ही म्हणाल, मी माझ्या मुलाला उत्तम संस्कार दिले आणि एक चांगला माणूस घडवला.''

मुलाचे बोलणे ऐकून वडिलांची मान शरमेने खाली गेली. आपल्या सहा वर्षाच्या मुलाला जे समजले ते आपल्याला कधीच समजले नाही. त्याला जे दिसले ते आपल्या डोळ्यांना कधीच दिसले नाही. त्याला जे जाणवले त्याचा अनुभव आपल्याला कधीच घेता आला नाही. जगातील सुखे ही श्रीमंतीवर, समृद्धीवर अवलंबून असतात असे नाही. जगातील सौंदर्याचा आस्वाद घेण्यासाठी तसे मन हवे, जे आपल्याजवळ नाही. आपल्या संवेदनशील मुलाने मात्र हे मन जपले आहे. त्याला जो साक्षात्कार झाला तो आपल्याला यापूर्वीच का बरे झाला नाही?

वडिलांनी मुलाला जवळ बोलावले आणि त्याला ह्दयाशी घट्ट कवटाळले. ''होय रे बाळा, तू म्हणतोस ते मला पटते आहे. तुझ्या मनाची समृद्धी आणि श्रीमंती यास तोड नाही. आजपासून मलाच तुझ्याकडून काहीतरी शिकायला हवे.''

●

१३

खरा चित्रकार

एका राजाची गोष्ट आहे ही. तो एक आदर्श राजा होता. प्रजेला सुखात ठेवणारा. त्याला स्वत:चे चित्र काढून घेण्याची दुर्दम्य हौस होती. ते सुद्धा अगदी देखणे चित्र काढून घेण्याची. दुर्दैवाने राजा दिसायला राजस नव्हता. त्याचा एक डोळा त्याने शिकारीत गमावला होता. त्याचा एक पायही अपघातामुळे अधू झालेला होता. अशा परिस्थितीत आपले देखणे चित्र कोण काढणार अशी चिंता त्याला सतावत होती. त्याने एक युक्ती केली. प्रधानाकरवी त्याने राज्यभर दवंडी पिटली की, 'जो चित्रकार राजाचे देखणे चित्र काढून देईल त्याला मोठे इनाम मिळेल.'

राजाचे चित्र काढायचे म्हणून त्याच्या राज्यातीलच काय, इतरत्र असलेले चित्रकारही उत्सुकतेने राजाच्या दरबारी आले. मोठे मानधन मिळणार म्हणून सगळे चित्र काढायला उत्सुक होते. प्रत्यक्षात राजाची भेट झाल्यावर जो तो म्हणू लागला की, आम्ही हे चित्र काढू शकणार नाही. खरे कारण असे होते की, राजाचा एक पाय अधू आणि लंगडा होता. त्याचा एक डोळाही काणा होता. अशा राजाचे देखणे चित्र कसे काढणार? राजा आहे तसे चित्र काढले, तर बक्षिस मिळण्याऐवजी शिक्षाच होण्याची भीती होती. त्यामुळे कोणीच राजाचे चित्र काढायला धजावेना.

बरेच दिवस लोटले. अनेक चित्रकार येत होते, राजाला भेटत होते आणि चित्र न काढताच परत जात होते. राजाला मनासारखा चित्रकार भेटेना. राजा निराश होत चालला होता. आपले चित्रच राजवाड्यात नसले, तर पुढच्या

पिढयांना कळणार तरी कसे की, त्यांचा राजा कसा होता? असा विचार तो करू लागला.

एक दिवस राजा दरबारात बसलेला असताना एक चित्रकार त्याच्याकडे आला आणि म्हणाला, ''महाराज, मला संधी दिलीत, तर मी तुमचे छान चित्र काढून द्यायला तयार आहे. माझ्यावर विश्वास ठेवा.'' त्याचे बोलणे ऐकून राजा आश्चर्यचकित झाला. हा चित्रकार इतरांपेक्षा वेगळे असे माझे चित्र कसे काढू शकेल? आणि माझ्या व्यंगांचे तो काय करेल? माझ्या डोळ्यांसहित आणि मोडक्या पायासहित तो कसे काय माझे देखणे चित्र काढू शकेल? देखणे चित्र काढायची राजाची अट होती त्यामुळे राजाला खात्री वाटेना की हा नवीन चित्रकार नेमके काय करणार आहे. आपले देखणे चित्र हा काढू शकेल की, आपले हसे होईल असे चित्र हा काढून देईल? राजा विचार करू लागला.

मनात शंका होती तरीही राजाने या चित्रकाराला एक संधी द्यायची ठरविली. त्याने चित्रकाराच्या मागणीनुसार त्याला वेळ दिला. चित्रकार बरेच दिवस चित्र काढीत होता. राजाला हे समजू शकले नाही की, तो नेमके कसले चित्र काढीत होता.

अखेर एक दिवस चित्रकाराने राजाला सांगितले की ''माझे चित्र तयार झाले आहे. ते मी भरल्या दरबारात सर्वांसमक्ष आपणांस सादर करणार आहे. आपण आपल्या सोयीनुसार ज्यांना ज्यांना निमंत्रण द्यायचे आहे त्यांना द्यावे.''

चित्रकाराने बनविलेले चित्र पाहण्याची राजाला खूप उत्सुकता होती. तरीही त्याच्या मनात दाट शंका होती. हा चित्रकार नक्की आपल्या चित्राला न्याय देईल की, सर्व लोकांसमोर आपली फजिती करेल? तरीही राजाने चित्रकाराच्या विनंतीला मान द्यायचे ठरविले.

त्याने लगेच प्रधानाकरवी राज्यात दवंडी पिटली. दरबाऱ्यांबरोबर जनतेलाही ते चित्र बघण्यासाठी पाचारण केले. अखेर तो दिवस उजाडला. चित्रकाराने आपले चित्र एका वस्त्रात लपेटून आणले होते. समारंभपूर्वक ते दरबारात एका स्टँडवर मांडण्यात आले. चित्रावरचे वस्त्र स्वतः राजाने आपल्या हाताने दूर केले. खरोखरच राजाचे एक अतिउत्तम आणि देखणे चित्र त्या चित्रकाराने रेखाटले होते. प्रत्येकजण ते चित्र पाहून तोंडात बोट घालीत होता. त्या चित्रात चित्रकाराने राजाला शिकाऱ्याच्या भूमिकेत दाखविले होते. एक डोळा

मिटून बंदुकीने नेम धरलेला व शिकार करण्यासाठी पवित्रा घेऊन एक पाय दुमडलेला.

चित्रकाराच्या असामान्य बुद्धीचे राजाला कौतुक वाटले. त्याने चित्रकाराला विचारले, ''माझ्यामध्ये एवढे व्यंग असून तुला माझे चित्र असे रेखाटण्याची कल्पना कशी सुचली? बाकीच्या मोठ्या मोठ्या चित्रकारांनी माझे चित्र काढण्यास नकार दिला होता. माझे व्यंग लपवून त्यांना माझे देखणे चित्र काढणे शक्य झाले नाही. तू मात्र माझ्या शारीरिक सौंदर्याचा विचार न करता, माझे व्यंग लपवून उत्तम चित्र काढले आहेस. मी तुला ठरविल्यापेक्षा जास्त बिदागी देणार आहे. मात्र त्यापूर्वी तुला ही कल्पना कशी सुचली हे तू मला सांगायला हवेस.''

चित्रकार विनम्रपणे हसला व त्याने राजाला झुकून प्रणाम केला. तो म्हणाला, ''आपण जेव्हा मला आपले चित्र काढायला सांगितले, तेव्हा माझ्याही मनात शंका आली की, आपला असा डोळा व असा पाय घेऊन मी आपले देखणे चित्र कसे काढू शकेन; परंतु विचार करता करता मला असे जाणवले की, मी आपल्या बाह्य स्वरूपाकडे पाहून असा विचार करत आहे. जोपर्यंत मी आपल्या रूपाचाच विचार करीत होतो, तोपर्यंत मला चित्र कसे काढावे सुचत नव्हते. अचानक एक दिवस मला जाणवले की, मी आपल्या शरीराचा विचार न करता, आपल्या आत्म्याचा, आंतरिक सौंदर्याचा विचार करायला हवा. वास्तविक हा विचार मला खूप अगोदर करायला हवा होता. आपल्या आत्म्याचे सौंदर्य मी अगोदर विचारात घ्यायला हवे होते. हा विचार मनात आल्यावर मी आपल्याला एका शिकाऱ्याच्या भूमिकेत माझ्या अंतःचक्षूंनी बघितले. माझी चित्राची संकल्पना आणि आपली देखण्या चित्राची अट दोन्ही पूर्ण होत होते. मी कामाला सुरुवात केली. आपण समोर बसलेले असताना मी आपल्या अंतरंगात डोकावत राहिलो. त्यामुळे मी आपल्याला पसंत पडेल, असे चित्र रेखाटू शकलो.''

चित्रकाराचे बोलणे ऐकून राजाला भरून आले. सगळे दरबारी तसेच चित्र बघायला आलेले लोकही चित्रकाराच्या बोलण्याने प्रभावित झाले. जे एका परक्या राज्यातल्या चित्रकाराला सुचले ते आपल्याला, आपण राजाची प्रजा असूनही सुचले नाही, याची त्यांना खंत वाटली.

चित्रकाराला राजाने भरपूर मानधन दिले. त्याच्या आयुष्यभराची सोय लावून दिली. त्या चित्रकाराकडून आपण आयुष्याचा खरा अर्थ शिकलो, असे राजाला वाटले. आपणही नेहमीच लोकांचे बाह्य स्वरूप पाहून त्यांच्याबद्दलची प्रतिमा आपल्या मनात साकारतो. वास्तविक पाहता, आपल्याला त्या चित्रकारासारखे लोकांच्या अंतर्मनात उतरून त्यांचे गुण लक्षात घ्यायला हवेत. तरच आपण त्या चित्रकारासारखे खरे चित्रकार होऊ.

●

१४

दृष्टिकोन

एक सिद्धहस्त लेखक आपल्या लिखाणाच्या खोलीत बसलेला असतो. वर्षाचा शेवट आलेला असतो. मागे वळून बघताना त्याला जाणवते की, आपले हे वर्ष फारच काळवंडलेले गेले. लेखकाला वाटते वर्षभराच्या या घटना आपण लिहून काढाव्यात. तो लिहू लागतो...

या वर्षाच्या सुरुवातीलाच माझे गॉल ब्लॅडरचे ऑपरेशन झाले. किती महिने मी अंथरुणात पडून होतो. तो सगळा काळ निराशेत गेला. धड मला लिहिता येत नव्हते की सामान्य माणसासारखे जगता येत नव्हते.

मी जरा बरा होतो तोच माझ्या वडिलांचे निधन झाले. माझे त्यांच्यावर फार प्रेम होते. त्यांच्या जाण्याने माझ्या आयुष्यात कधीच भरून न येणारी पोकळी निर्माण झाली आहे. त्यांच्या निधनाने मी पूर्ण पोरका झालो आहे.

याच वर्षी माझा एकुलता एक मुलगा आर्मीमध्ये जाऊ शकला नाही. त्याचे कारण त्याला झालेला मोटारीचा भीषण अपघात होता. वैद्यकीय तपासणीत तो नापास झाला. त्या अपघातात माझ्या नव्या कोऱ्या गाडीचाही चक्काचूर झाला. मुलगाही तीन महिने हॉस्पिटलमध्ये पडून होता. गाडीचे नुकसान झाले ते वेगळेच.

या वर्षीच्या शेवटाला मी सेवानिवृत्त झालो. तीस वर्षांची कामाची सवय एका रात्रीत मोडली. अचानक आयुष्यात रितेपण आले. आता काय करावे, त्याची दिशा मिळत नाही. नवीन काही लिहावेसे वाटत नाही, जणू काही निवृत्ती बरोबर माझे लेखनही संपुष्टात आले आहे, असे वाटते.

सरतेशेवटी मला असेच म्हणावे लागेल की, हे वर्ष माझ्या आयुष्यातले एक काळे वर्ष होते. सगळ्या वाईट घटना याच वर्षी घडल्या. परमेश्वरा, माझ्या भविष्यात काय लिहून ठेवले आहेस? हे वर्ष मला माझ्या आयुष्यातून पुसून टाकता आले, तर किती बरे होईल. लेखकाला माहीत होते की, आपल्या आयुष्यातली सरलेली वर्षे आपल्याला पुसता येत नाहीत. त्यांच्या आठवणी जखमेसारख्या मनावर कायम राहतात.

या सगळ्याचा विचार करता करता त्याला उदास वाटायला लागले. हाताची घडी करून त्यावर त्याने टेबलावरच डोके टेकले. काही क्षणातच त्याला थोडीशी डुलकी लागली. तेवढ्यात त्याची बायको त्याला कॉफी हवी का, हे विचारायला त्याच्या खोलीत आली. तिने पाहिले की, तिच्या नवऱ्याला झोप लागली होती. टेबलावर समोरच त्याने लिहिलेला कागद ठेवलेला होता. तिने तो वाचला. तिच्या लक्षात आले की, आपला नवरा व्यथित आहे आणि उदासीनतेच्या गर्तेत गेला आहे. तिला माहीत होते की, गतवर्षीच्या सगळ्या दु:खद घटनांनी आपला नवरा खचून गेला आहे. ते साहजिकच होते.

चांगल्या सहचारिणीप्रमाणे त्याला जागे न करता ती हलक्या पावलांनी खोलीतून बाहेर गेली. थोड्यावेळाने ती एक कागद घेऊन पुन्हा नवऱ्याच्या खोलीत दाखल झाली. नवरा अजूनही झोपलेलाच होता. तसाच हातावर डोके ठेवून टेबलावर विसावला होता.

त्याने लिहिलेल्या कागदाशेजारी बायकोने आपण आणलेला कागद ठेवला. तिने त्यावर आपले विचार लिहून आणले होते. त्याच्या प्रत्येक प्रश्नाला तिने दिलेले उत्तर मोठे मजेदार होते.

यावर्षी तुझे ऑपरेशन झाले, हे खरे आहे. त्यामुळे बरेच दिवस तुला अंथरुणात काढायला लागले हेही खरे आहे; परंतु जो गॉल ब्लॅडरचा त्रास तू अनेक वर्षे सोसत होतास तो एकदाचा संपला. त्याचे महत्त्व कमी आहे काय? जरा विचार करून बघ. ती वेदना किती वर्षे तू सोसत होतास.

तुझ्या वडिलांना देवाज्ञा झाली. कुठल्याही मुलाला आपले वडील गमावणे हा धक्काच असतो. आपल्याला वाटते मरेपर्यंत आपले आईवडील आपल्या जवळ असावेत. त्यांचा विरह आपल्याला सहन होत नाही; परंतु तू त्यांची एवढ्या प्रदीर्घ काळापर्यंत मनोभावे सेवा केलीस, हे काय तुझे कमी श्रेय

आहे? बाबा तर वयाच्या पंचाण्णवव्यावर्षी कृतार्थ आयुष्य जगून शांतपणे जगाच्या नियंत्याकडे गेले. त्याचे दु:ख आपण करायचे की, त्याबद्दल समाधान मानायचे हे आपल्यावर आहे. शेवटी आपल्यातल्या प्रत्येकाला हे जग सोडून जायचेच आहे.

आपल्या एकुलत्या एक मुलाला अपघात झाला, हेही खरे आहे. त्यामुळे तोही बरेच महिने हॉस्पिटलमध्ये पडून होता. या अपघातामुळे तो आर्मीच्या परीक्षेत वैद्यकीय चाचणीत नापास झाला खरे. पण ही परीक्षा त्याला पूर्ण बरे झाल्यावर पुन्हा देता येईल. ते नाहीच जमले, तर त्याला दुसऱ्या पर्यायांचा विचार करता येईल. त्याच्यासमोर पूर्ण आयुष्य पडले आहे. त्या अपघातात त्याचा जीव वाचला, हेही नसे थोडके. शिवाय त्या अपघातामुळे तो जन्माचा अपंग झालेला नाही ही जमेची बाजू आहे.

त्या अपघातात आपल्या नव्या गाडीचे नुकसान झाले खरे. पण मोटारीचा विमा काढलेला होता. त्याचे पैसे मिळतीलच. मुलाचे नुकसान होण्यापेक्षा गाडीचे नुकसान झालेले परवडले.

तीस वर्षांच्या देदीप्यमान सेवेनंतर तुला सेवानिवृत्ती घ्यावी लागली, तर त्याचे वाईट का वाटून घ्यावे? अखेर प्रत्येक माणसाला जसे मरण अटळ आहे तशी सेवानिवृत्ती सुद्धा आहेच ना? आपल्या धर्मात जे चार आश्रम सांगितले आहेत, त्यात गृहस्थाश्रमानंतर वानप्रस्थाश्रम आणि त्यानंतर संन्यासाश्रम सांगितलेच आहेत.

तुझी जमेची बाजू ही आहे की, तू एक सिद्धहस्त लेखक आहेस. इतक्या वर्षांचा तुझा अनुभव अजून शब्दांकित झालेला नाही. तो करायला तुला आता भरपूर वेळ मिळेल आणि मोकळीकही. शांत मनाने विचार करून, मनन चिंतन करून तुझ्याकडून ज्या साहित्यकृती निर्माण होतील त्या उत्कृष्ट दर्जाच्या असतील, याबद्दल माझ्या मनात शंकाच नाही.

आपल्या आयुष्याबद्दल आपण परमेश्वराचे ऋणी असायला हवे. आपल्याला बरेच काही मिळाले आहे. काही लोकांना तेवढेही मिळत नाही. बरेच लोक आयुष्यभर आपल्या दुर्दैवाशी झुंजत असतात. आपल्या आयुष्यात आलेल्या अडचणी प्रासंगिक आहेत. आज ना उद्या त्या संपून जाणार आहेत.

काही काळानंतर तो लेखक आपल्या तंद्रीतून जागा झाला. त्याने बायकोचा

कागद वाचला. कागद वाचून तो हसला. एकाच प्रसंगाकडे पाहण्याचा दोन लोकांचा दृष्टिकोन किती वेगळा असू शकतो, याचा विचार करून त्याला मजा वाटली. बायकोने त्याच्या प्रत्येक प्रश्नाचे फार समर्पक उत्तर लिहिले होते. तिचे विचार प्रगल्भ आणि परिपक्व होते. जीवन जगण्यासाठी सकारात्मक होते. तो मात्र निराश होऊन हात पाय गाळून बसला होता.

बायकोने न बोलता केलेल्या प्रबोधनामुळे तो पुन्हा ताजातवाना झाला. खाली ठेवलेली लेखणी त्याने परत उचलली. काहीतरी प्रसन्न आणि सकारात्मक लिहायला तो सिद्ध झाला.

●

१५

शब्द

'किती शब्द खोटे किती खरे?
किती शब्द भावनेची ऊब देणारे?
किती शब्द लोकांसाठी?
किती स्वत:ची प्रतिमा उभारण्यासाठी?
किती शब्द फसवे, जिव्हारी लागण्यासाठी?
किती शब्द, शब्दांपुरतेच, किती खऱ्या अर्थाचे?
किती फक्त बोलण्यापुरतेच? शेवटी आपल्या स्वार्थाचे?
किती शब्द उन्मळणारे शेवटपर्यंत साथ देणारे?
नकोच शब्द, नकोच भाषा शोधूया शब्द, न बोलणारे...'

नुकतेच माझ्या वाचण्यात आले की, भगवान बुद्धांनी दिलेली एक शिकवण प्रत्येकाने आचरणात आणण्यासारखी आहे. मी कुतुहलाने पुढे वाचू लागले. भगवान बुद्धांनी असे सांगितले होते, ''जगातल्या बऱ्याचशा दु:खाचे मूळ बोललेल्या शब्दांमध्ये असते आणि म्हणून आपल्या बोलण्यावर आणि आपल्या शब्दांवर कठोर नियंत्रण ठेवणे गरजेचे असते.''

भगवान बुद्धांचा फॉर्म्युला अगदी छोटासा आणि सोपा आहे. काही बोलण्यापूर्वी आपण स्वत:ला तीन प्रश्न विचारावेत असे त्यांनी सांगितले होते. पहिला प्रश्न 'मी जे बोलतो आहे किंवा बोलणार आहे ते सत्यवचन आहे का?' हा प्रश्न इतका मूलभूत आहे की, आपले अर्धे बोलणे या प्रश्नानेच संपून जाते. बरेचदा आपण कोणीतरी सांगितलेले किंवा अर्धवट ऐकलेले किंवा

पाहिलेले पूर्णसत्य आहे असे गृहीत धरून त्याबद्दल बोलायला लागतो. त्यात बरेचदा दुसऱ्याबद्दल अप्रिय बोलणेच जास्त असते. जो माणूस गैरहजर असेल, त्याच्याबद्दल अनेकदा भरभरून बोलले जाते. त्याची निंदानालस्ती मुक्तपणाने केली जाते. अनेकदा अशा स्वैर बोलण्याने गैरसमज पसरतात, नाती तुटतात, मने दुखावतात आणि जेव्हा आपल्याला कळते की, आपल्याला जे वाटले होते आणि जसे वाटले होते ते तसे नव्हते, तेव्हा आपल्यालाही अपराधी वाटते. म्हणूनच भगवान बुद्धांचा पहिला प्रश्न 'मी जे बोलणार आहे ते सत्यवचन आहे का?' याचा प्रामाणिक शोध आपण आधी घ्यावा.

दुसरी सूचना अशी की 'आपल्या बोलण्याने कोणाचे नुकसान होणार आहे का?' हाही विचार अतिशय मोलाचा आहे. बरेचदा आपल्या बोलण्याने दुसऱ्या व्यक्तीचे नुकसान होते. कधी आपण दुसऱ्याबद्दल ऐकीव माहिती लोकांना सांगतो. आपण ती माहिती खरी का खोटी याची शहानिशाही करीत नाही. काही वेळा आपण स्वतःची कातडी बचावण्यासाठी खोटे बोलतो अथवा पूर्ण सत्य सांगत नाही. ज्या माणसाबद्दल आपण बोलतो, त्याच्याबद्दल आपणच गैरसमज पसरवतो. कधी कधी तर आपल्या बोलण्यामुळे त्या माणसाचा लोक तिरस्कार करू लागतात. अनेकदा अशा माणसाला स्वतःची बाजू मांडण्याची संधीही मिळत नाही. आपणच पसरवलेले त्याच्याबद्दलचे असत्य किंवा अर्धसत्य खरे मानून लोक त्याच्याशी नीट वागत नाहीत. पूर्वग्रहाचा एवढा पगडा आपल्या मनावर असतो की, सत्य समजून घ्यायची मानसिकताही आपल्यामध्ये नसते. कित्येक वेळेला अशा वागण्याने माणसे आयुष्यातूनही उठतात. त्यांचे नुकसान झाल्यावर आपल्याला असे वाटू लागते की, माझ्या बोलण्याने या व्यक्तीला एवढा त्रास व्हावा, असे माझ्या मनातही नव्हते; परंतु तोपर्यंत वेळ निघून गेलेली असते. व्हायचा तो त्रास झालेला असतो. आपण दुसऱ्याची कधीही भरून न येणारी हानी करून बसलेलो असतो. म्हणूनच हा प्रश्न पुन्हा पुन्हा स्वतःला विचारून मगच आपण नेमके काय बोलायचे, ते ठरवले पाहिजे. ते बोलावे किंवा नाही याबद्दलही जागरूकतेने निर्णय घ्यावा.

भगवान बुद्धांची तिसरी सूचना फारच मजेदार वाटली. 'खरोखर हे सर्व बोललेच पाहिजे का?' हा प्रश्न मला अंतर्मुख करून गेला. कितीतरी वेळा आपण केवळ संभाषण चालू राहावे म्हणून बोलत असतो. कित्येकदा गंमत म्हणून आपण खूप काही बोलतो. किंबहुना, खूप बोलत सुटतो. दारू प्यायल्यानंतर

माणसाची जशी अवस्था होते, तशी आपलीही बोलताना होते. मनावरचा संयम सुटतो. अनेकदा मनात दाबून ठेवलेले अशा प्रसंगी सहजपणे बोलले जाते. अशा वेळी भगवान बुद्धांच्या पहिल्या दोन सूचना आपल्या बोलण्यावर लगाम घालू शकतात. आपल्या बोलण्यास प्रतिबंध करू शकतात. अनेकदा रागाच्या भरात आपण अधिक उणे बोलून जातो. नंतर आपल्याला वाटत राहते की, रागाचा तो क्षण आपण जिंकायला हवा होता. रागाच्या एका क्षणात एखाद्याच्या हातून खुनासारखा भयंकर गुन्हाही घडतो. रागाच्या एका शब्दाने अनेक वर्षे जपलेली नाती दुभंगतात. शेवटी शब्दच लक्षात राहतात आणि जिव्हारीही लागतात. आपण एखाद्याला त्याच्या एखाद्या चुकीच्या कृत्याबद्दल माफही करतो; परंतु त्याचे शब्द मात्र आपण आयुष्यभर विसरू शकत नाही. आणि म्हणूनच तिसरा आणि शेवटचा प्रश्न सर्वात महत्त्वाचा आहे असे मला वाटते.

१. मी जे बोलतो आहे किंवा बोलणार आहे ते सत्यवचन आहे का?
२. आपल्या बोलण्याने कोणाचे नुकसान होणार आहे का?
३. खरोखर हे सर्व बोललेच पाहिजे का?

या तिन्ही प्रश्नांची प्रामाणिक उत्तरे मिळाल्याशिवाय आपण बोलायचे टाळायला पाहिजे. असे करण्याने आपण मितभाषी तर होऊच; परंतु आपल्या शब्दालाही वजन येऊ लागेल. लोक आपले बोलणे लक्षपूर्वक ऐकू लागतील आणि कोणालाही न दुखावता आपल्या जे म्हणायचे आहे ते आपण आग्रहपूर्वक मांडू शकू.

रामकृष्ण परमहंसांची एक बोलकी कथा आहे. त्यांच्याकडे एक आई आपल्या मुलाला घेऊन आली आणि म्हणाली, ''माझा मुलगा फार गूळ खातो. तुम्ही सांगितले, तर तो गूळ खायचे सोडेल.'' रामकृष्ण परमहंसांनी त्या मुलाला लगेच उपदेश केला नाही. त्याला पंधरा दिवसानंतर बोलावले. त्या दरम्यान त्यांनी स्वत: गूळ खायचे सोडले. पंधरा दिवसांनी मुलगा परत आल्यावर त्याला 'जास्त गूळ खाऊ नको' असे सांगितले. मुलालाही ते पटले. आईला आश्चर्य वाटले. 'हेच तुम्ही पंधरा दिवसापूर्वीही सांगू शकला असता' असे ती म्हणाली.

रामकृष्णांनी तिला सांगितले की, माझ्या शब्दाला सत्याची धार येण्यासाठी मी स्वत: पंधरा दिवस गूळ सोडला होता. आपल्या शब्दाला अर्थ प्राप्त व्हावा आणि आपला शब्द दुसऱ्याने ग्राह्य मानावा, यासाठी केलेली ही तपश्चर्या. भगवान बुद्धांच्या तीन सूचनांबरोबर ही ही एक महत्त्वाची सूचना.

''हितार्थ बोलणे सत्य, प्रेमाने, न खुपेलसे,
भावना राखणे शुद्ध, वाणीचे तप बोलिजे''

असा एक श्लोक माझ्या लहानपणी आईने मला शिकवला होता. भगवान बुद्धांचे शब्द वाचताना मला त्याची प्रकर्षाने आठवण आली.

मन संतुलित ठेवून बोललेले शब्द काय काय करू शकतात, याचे काव्यात्मक वर्णन म्हणजे

कोसळणाऱ्या पावसासारखे
अचानक शब्द
बरसू लागतात
ओंजळीत, ओच्यात
मावत नाहीत ....
बकुळीच्या फुलांप्रमाणे
मी त्यांना वेचू जाते,
मुठीत पकडते, श्वासात भरते
सुगंध होऊन शब्द
श्वासातून पाझरू लागतात ....
एकटेपणात शब्द
चांदणं होऊन
माझ्याशी बोलतात....
शब्द कधी कधी
अंधारही होतात,
बोलता बोलता
नि:शब्द होतात,
मलाच धरुन
चाचपडू लागतात,
मग अलगद कधीतरी
प्रकाशापर्यंत नेऊन सोडतात....

●

१६

प्रेमाचा दिवस

जगभरात १४ फेब्रुवारीला प्रेमाचा दिवस साजरा होतो ज्याला 'व्हॅलेंटाईन डे' असे म्हणतात. सर्वसामान्य लोकांचा असा समज आहे की, हा दिवस प्रेमिकांचा आहे. या दिवशी प्रेमिक एकमेकांना शुभेच्छा देतात, एकमेकांबरोबर हा दिवस आनंदात घालवतात आणि आपले प्रेम साजरे करतात. अलीकडच्या काळात आपल्याकडे या दिवसाचा इतका अतिरेक झालाय की, आपण जणू पाश्चात्य संस्कृतीचे पाईक आहोत. काही राजकीय संघटना पाश्चात्य संस्कृतीला विरोध म्हणून या दिवसाचा विरोध करतात. त्यामुळे प्रेमी युगुलांना आणखी चेव येतो. या ओढाताणीत अनेकदा हा दिवस प्रेमभराने संपण्याऐवजी एकमेकांशी तुंबळ युद्ध करून संपवला जातो.

वास्तविक पाहता या दिवसाचे नाव 'व्हॅलेंटाईन डे' पडण्याचे कारण असे होते की, 'व्हॅलेंटाईन' नावाचा एक संत होता. तो प्रेमिकांचे मीलन घडवून आणत असे. त्याने इतक्या तरुण-तरुणींना प्रेमाचा आधार दिला होता की, या दिवसाचे नाव त्याच्या आठवणीखातर ठेवले गेले. त्याने जगाला प्रेमाचा संदेश दिला. या प्रेमाची व्याख्या फक्त प्रेमिकांपुरती मर्यादित नव्हती. या संताने विश्वप्रेमाचा एक सुंदर ठेवा जगाला दिला.

प्रेम हे सर्वव्यापी आहे. आई-बापांचे मुलांवरचे प्रेम, मुलांना वाटणारे आई-बापांवरचे प्रेम, इतर नात्यातील प्रेमसंबंध, आपले मित्र-मैत्रिणी, आपले सहकारी, अगदी आपल्यासाठी काम करणारे आपले कनिष्ठ किंवा आपले

नोकरचाकरसुद्धा या प्रेमाच्या व्याख्येमध्ये येतात. आपण प्रत्येकावर वेगवेगळ्या प्रकारचे प्रेम करतो. पण शेवटी त्या प्रेमाचा प्रभाव एकच असतो, नाही? तिरस्काराने, द्वेषाने जसा द्वेष वाढत जातो आणि पसरतो तसेच प्रेमाने प्रेम वाढते आणि त्याच्या सकारात्मक लहरी माणसाला वेढून टाकतात. आपल्याबरोबर आपल्या आजूबाजूलाही निर्मळ आनंद निर्माण होतो, जणुकाही आपली जगाकडे बघण्याची दृष्टीच बदलून जाते. प्राणिमात्रांवर प्रेम करा, असे साधुसंत सांगून गेले; याचा नेमका अर्थ प्रेमाच्या अनुभूतीने समजतो.

रवींद्रनाथ टागोरांचे एक चिंतन आहे ज्यात त्यांनी म्हटले आहे, की ''मी सकाळी उठलो आणि माझ्या शयनगृहाची खिडकी उघडून मी रस्त्याकडे बघितले. सूर्य नुकताच वर आला होता. त्याची कोवळी उन्हे रस्त्याच्या अंगभर पसरली होती. त्या रस्त्यावरून दोन छोटी छोटी शाळकरी मुले गळ्यात दप्तर अडकवून शाळेला निघाली होती. एकमेकांशी बोलत ही छोटी मुले रस्त्याने चालत होती. बोलता बोलता ती दोघे थांबली आणि त्यांनी एकमेकांना घट्ट मिठी मारली. त्यांनी एकमेकांचे चुंबन घेतले. त्या क्षणी मला प्रेमाच्या दिव्य साक्षात्काराने वेढून टाकले. त्या दोन लहान मुलांच्या चुंबन आणि आलिंगनातून मला ईश्वराचा स्पर्श झाला आणि मग काय आश्चर्य! सगळे जगच मला प्रेममय वाटू लागले.'' रवींद्रनाथांचे हे चिंतन 'व्हॅलेंटाईन डे'चा संदेश आहे, असे मला वाटते. थोडक्यात काय की, संत कुठलेही असले, तरी त्यांचा संदेश एकच असतो.

प्रेमाच्या अशा अनेक कथा मी वाचल्या आहेत. अर्थात त्या पाश्चात्य देशातल्या आहेत. एक म्हातारा गृहस्थ मरताना आपली सगळी संपत्ती त्याच्या घरासमोर काम करणाऱ्या एका बेकरीतल्या मुलीला देऊन गेला. ती मुलगी त्याच्या नात्यातली नव्हती. पण त्याने आपल्या मृत्युपत्रात असे लिहून ठेवले होते की, 'रोज सकाळी जेव्हा मी ब्रेड आणि अंडी आणायला समोरच्या बेकरीत जायचो, तेव्हा ही मुलगी माझे हसून स्वागत करायची. मला प्रेमाने 'गुड मॉर्निंग' म्हणायची. मी जगात एकटा होतो. त्यामुळे बरेचदा उदास असायचो. पण रोज ही मुलगी गोड हसून नव्या दिवसाचे स्वागत करून मला नवीन संजीवनी द्यायची. माझी कितीही मोठी संपत्ती असली, तरी तिच्या अनमोल हसण्यापुढे त्याची किंमत कमीच ठरेल. अशा या गोड मुलीला मी माझी दौलत देऊन जात

आहे, जिने मला अनेक वर्षे प्रेमाची दौलत देऊ केली.'

अशा छोट्या छोट्या गोष्टींमधून प्रेमाची किंमत आपल्याला कळते. वर्षातून एकदाच आपण प्रेमाचा दिवस का साजरा करायचा? आपला रोजचाच दिवस जर प्रेमाचा दिवस किंवा 'व्हॅलेंटाईन डे' झाला तर हे जग किती सुंदर होईल नाही? आज आपल्या जगात आणि समाजात इतकी अशांतता आहे, इतकी हिंसा आणि क्रौर्य आहे की, या जगाला प्रेमाच्या सिंचनाची नितांत गरज आहे. प्रत्येकाने जर रोज असे प्रेमाचे शिंपण केले, तर रोजचा दिवस किती आनंददायी वाटू लागेल!

सकाळी उठल्यावर आई जशी मुलांकडे प्रेमाने पाहते तसेच मुलांनी आई-वडिलांकडे प्रेमाने, कृतज्ञतेने पाहायला काय हरकत आहे? जसे या नात्यांचे तसेच आपल्या इतरही सर्व नात्यांचे. प्रेमापासूनच सुरुवात केली, तर आपल्या मनातले कितीतरी कलह आपोआप विझून जातील. त्याची जागा प्रेमाने घेतली तर आपले शारीरिक आणि मानसिक स्वास्थ्यसुद्धा दीर्घकाळपर्यंत निरामय राहील. शेवटी म्हणतातच ना, सगळ्या व्याधींचा जन्म आपल्या मनापासून सुरू होतो. या मनालाच जर प्रेमाच्या रंगाने रंगवून टाकले, तर जगात आश्चर्य घडू लागेल. कबिराच्या एका सुंदर भजनाची आठवण आली. 'रंगे कपडा तोरे, मन नाही रंगे.' आपण रंगीबेरंगी कपडे घालतो, ती सगळी बाह्य वस्त्रे आहेत. आपला आत्मा आपण जेव्हा प्रेमाने रंगवतो तेव्हाच आपले जीवनही सुंदर, रंगीबेरंगी होते.

नुकतेच मी वर्तमानपत्रातून वाचले की, एका माणसाने प्रेमाचे विद्यापीठ सुरू केले आहे. बातमी वाचून प्रथम मला हसूच आले; परंतु जेव्हा मी तपशील वाचला तेव्हा माझे मन हरखून गेले. या विद्यापीठात तो माणूस म्हणे माणसां-माणसातील नातेसंबंध, आपल्या भावना, भावनांची, नात्यांची गुंतागुंत, इत्यादी विषयांवर मार्गदर्शन करणार आहे. अतिरेक्यांच्या हल्ल्यांबद्दल आपण रोज वाचत असतो आणि टी.व्ही.वर त्यांचे भीषण हल्ले पाहत असतो. त्यांना शह देण्यासाठी प्रेमाचे असे विद्यापीठ सुरू झाले, तर काय बिघडले?

●

१७

जगी सर्व सुखी...

'जगी सर्व सुखी असा कोण आहे,
विचारी मना तूचि शोधूनि पाहे'

रामदासांच्या या पंक्ती आठवल्या की मी पुन्हा एकदा नव्याने जागी होते. कधी कधी असे होते की, आपण आपल्या दु:खामध्ये गुरफटून जातो. आपल्या विवंचना, आपल्या अडचणी, आपल्या व्याधी अक्षरश: आपल्यावर अधिराज्य गाजवायला लागतात. आपण हसायचे, आनंदाचे क्षण घालवायचे विसरूनच जातो. सदान्‌कदा काळजीत राहतो; पण दुसऱ्याचे दु:ख ऐकल्यावर अनेकदा असा अनुभव येतो की, त्याच्या मानाने आपले दु:ख काहीच नाही.

असेच एकदा एका गुरुच्या लाडक्या भक्तांचे झाले. जो तो आपल्या काळजीत आणि विवंचनेत. गुरुने ठरविले की आपण या भक्तांना जीवन कसे जगायचे याचा धडा देणे आवश्यक आहे. म्हणून त्यांनी काही निवडक भक्तांना आपल्या खोलीत बोलावले व विचारले, "तुम्हाला तुमच्या दु:खाचे निवारण करून हवे आहे ना? तुम्हाला पुन्हा हसायचे आहे ना? जीवनाचा आनंद उपभोगायचा आहे ना?" सगळ्या भक्तांनी होकारार्थी माना डोलावल्या. गुरुने सर्वांना एक एक कागद दिला व सांगितले, "या कागदावर आपली दु:खे आणि विवंचना लिहा." भक्तांनी आपापल्या विवंचना लिहिल्यावर त्या कागदांची घडी घालून त्यांच्या चिठ्ठ्या एका मोठ्या घंघाळात ठेवल्या.

गुरुंनी त्या चिठ्ठ्या खूप हलवल्या. मग भक्तांना उद्देशून ते म्हणाले, "आता

एकेकाने यायचे आणि हाताला येईल ती चिठ्ठी उचलायची. त्या चिठ्ठीमध्ये जे लिहिले असेल, ते वाचायचे आणि त्या व्यक्तीचे नशीब तुम्हाला हवे आहे का, हे ठरवायचे.''

चिठ्ठी लिहिताना ज्याला त्याला वाटत होते की, आपल्यापेक्षा इतरच सुखी आहेत. पण जेव्हा एकेकाने चिठ्ठी उचलली आणि दुसऱ्यांचे नशीब वाचले, इतरांचे दु:ख कळले, तेव्हा ते घाबरूनच गेले. आपले आहे ते बरे आहे. इतरांचे दु:ख आपल्याला पेलणार नाही, असे ज्याला त्याला वाटले. सगळ्यांनी गुरुसमोर शरणागती पत्करली. त्यावर गुरू हसून म्हणाले, ''बघा, चिठ्ठी लिहिण्यापूर्वी तुमच्या मनात इतरांच्या आयुष्याबद्दल किती गैरसमज होते नाही? तुम्हाला दुसऱ्याची श्रीमंती दिसत होती. त्याचे सुख, त्याची समृद्धी हेवा करण्यासारखी आहे, असे वाटत होते. पण त्याच्या व्याधी आणि विवंचना यांची यादी वाचल्यावर त्या माणसाचे जीवन तुम्हाला नकोसे वाटले, होय ना?'' मग आजपासून एक नवीन धडा शिका. ईश्वराने जसे आयुष्य दिले आहे, तसे स्वीकारायचे आणि प्रत्येक क्षण आनंदाने जगायचा. केवळ स्वत: आनंदी राहून भागायचे नाही. जेवढा आनंद दुसऱ्याला देता येईल तो द्यायचा. आपल्यापेक्षा अधिक दु:खी असलेल्यांचे अश्रू पुसायचे, त्याला मदत करता येईल तितकी मदत करायची. मग बघा, तुमचे आयुष्य आनंदाने भरून जाईल. स्वत:चे दु:ख कुरवाळण्यासाठी तुम्हाला वेळच मिळणार नाही.''

भक्तांनी गुरुच्या उपदेशाप्रमाणे वागायला सुरुवात केली आणि काय आश्चर्य! त्यांच्या जीवनात आनंद बहरू लागला. त्यांच्या व्याधी, त्यांच्या विवंचना संपल्या नाहीत; पण त्यांच्यासकट आनंदी राहायचे तंत्र त्यांना अवगत झाले.

माझ्या लहानपणी माझी आई पण मला एका आनंदी कावळ्याची गोष्ट सांगायची. चिखलात पडला, तर तो 'चिखलाची घसरगुंडी करूया' म्हणून गाणे गायचा, तेलात पडला, तर 'कानात तेल घालूया' असे गायचा. काट्यांवर बसला तर 'काट्याने कान टोचूया' असे म्हणायचा. थोडक्यात काय, तो कावळा कुठल्याही परिस्थितीत आनंदी राहायचा आणि गाणे म्हणायचा, अशी ती गोष्ट होती.

दु:ख ज्याला त्याला असते. आपल्याला वाटते त्यापेक्षाही अधिक खोल,

अधिक गहिरे दु:ख इतरांना, अगदी आसपासच्या लोकांनाही असते. काही लोक सतत आपले दु:ख मिरवत राहतात आणि काही लोक कितीही गहिऱ्या वेदना असल्या, तरी चेहऱ्यावर त्या दाखवित नाहीत. सतत हसतमुख असतात, इतरांना हसवत असतात. अशा हसऱ्या लोकांच्या जीवनातही कधीतरी डोकावून पाहा. किती मोठमोठ्या संकटांचा सामना ते करीत असतात हे ऐकल्यावर आपण स्तिमित होतो. कधीतरी आपल्यालाही ही कला अवगत करून घ्यायला हवी, नाही का?

●

१८

स्वत:ला आवरा

एका लहान मुलाचे बाबा आपली नवी गाडी कौतुकाने न्याहाळत उभे असतात. तिचा चमकणारा रंग, तिच्यातले गुणविशेष, तिचे आरसे, तिच्या सीट्स या सर्वांवर ते भाळलेले असतात. आपली कौतुकाची नजर तिच्यावरून सतत फिरवत, मनातल्या मनात खुश होऊन, गालातल्या गालात हसत असतात. या माणसाचा छोटा मुलगा दूर उभा राहून बाबांचे निरीक्षण करीत असतो. त्याच्या लक्षात येते की, बाबा गाडीच्या प्रेमात पडलेले आहेत. त्यालाही मोठी मजा वाटते. आपण जसे नवीन खेळणे आणल्यावर खुशीत असतो तसेच बाबाही खुशीत आहेत हे बघून त्याला एक कल्पना सुचते. तो घरात जाऊन पेन्ट घेऊन येतो आणि बाबा उभे असतात त्यांच्या विरुद्ध दिशेने जाऊन गाडीच्या दारावर असे लिहितो, ''बाबा तुम्ही मला खूप आवडता.''

गाडीचे निरीक्षण करताना मुलगा गाडीवर लिहीत आहे हे बाबांच्या लक्षात येत नाही. थोड्या वेळाने गाडीला प्रदक्षिणा घालताना बाबांच्या नजरेस पडते की, मुलाने नव्या कोऱ्या गाडीवर काहीतरी खरडले आहे. त्यांचा संताप अनावर होतो.

ते मुलाला रागाने ओरडून जवळ बोलावतात व विचारतात, ''माझी नवीन गाडी खराब करण्याची हिम्मत कशी झाली तुझी? तुला माहीत आहे ही गाडी किती महाग आहे? आणि मला न विचारताच तू ती गाडी खराबही करून टाकलीस? याची शिक्षा तुला मिळालीच पाहिजे. ज्या हाताने तू गाडीवर खरडलेस तो हात पुढे कर.''

मुलगा भोळेपणाने आपला हात दाखवतो. बाबा रागाच्या भरात बागेमध्ये पडलेला कोयता उचलून त्याच्या बोटांवर प्रहार करतात. मुलाची चारही बोटे तुटतात. भळाभळा रक्त वाहू लागते. ते पाहून बाबा घाबरतात व मुलाला उचलून हॉस्पिटलमध्ये धाव घेतात.

हॉस्पिटलमध्ये मुलावर उपचार होतात. परंतु डॉक्टर बाबांना सांगतात की, ''तुमचा मुलगा कायमचा अपंग झाला आहे. त्याच्या उजव्या हाताची चारही बोटे तुटली आहेत. ती पुन्हा जोडण्यासारख्या स्थितीत नाहीत.'' डॉक्टरांचे शब्द ऐकून बाबाला पश्चात्ताप होतो. दुःखाच्या आवेगामध्ये तो आपल्या मुलाला कवटाळायला त्याच्या खाटेजवळ जातो.

मुलगा जुन्याच प्रेमाने वडिलांच्या गळ्यात पडतो आणि म्हणतो, ''बाबा, तुम्ही मला शिक्षा दिली ते योग्यच केलेत. मी पुन्हा तुमचे असे नुकसान करणार नाही. माझ्या हाताची बोटे ती काय, ती तर पुन्हा उगवतीलच ना? जशी बागेमध्ये झाडे उगवतात? बाबा, कधी हो उगवतील माझी बोटे? माझे हात पुन्हा पहिल्यासारखे झाले की, ते मी तुमच्या चेहऱ्यावरून फिरवून पुन्हा एकदा तुम्हाला सांगणार आहे की बाबा माझे तुमच्यावर फार प्रेम आहे. तुम्ही जगातील सर्वश्रेष्ठ बाबा आहात.''

बाबाला मुलाचे शब्द ऐकवत नाहीत. तो तिरीमिरीत हॉस्पिटलमधून बाहेर पडतो. समोरच त्याची गाडी उभी असते. त्या गाडीवर मुलाने पेन्ट केलेले शब्द त्यांना स्वच्छपणे दिसू लागतात, ''बाबा तुम्ही मला खूप आवडता.'' ते शब्द वाचून बाबाला स्वतःची लाज वाटते.

अखेर आपल्या मुलाने असे काय गैर लिहिले होते की, ज्यामुळे आपला संताप एवढा अनावर झाला? त्याचे आपल्यावर किती प्रेम आहे हे गाडीवर लिहून त्याने स्वतःचे प्रेम अमरच केले होते ना? आणि मला भाबडेपणाने विचारत होता, 'माझी बोटे पुन्हा कधी उगवतील' मी केलेल्या शिक्षेबद्दलही त्याला राग आलेला नाही आणि मी दिलेल्या दुःखाने तो माझ्यापासून दूरही झाला नाही. बाबाला पश्चात्ताप आणि अपराधाची भावना असह्य होते आणि बाबा आत्महत्या करतो.

एवढ्या प्रेमाच्या नात्याचा शेवट असा का व्हावा? आपणच कधी प्रेमाने, कधी मोहाने, कधी संतापाने, कधी असूयेने एवढे आंधळे होतो की, दुसऱ्या

माणसाला काय म्हणायचे आहे, काय सांगायचे आहे, ते आपण समजूनच घेत नाही. आपले निर्णय आपणच घेऊन दुसऱ्यांना सतत शिक्षा करीत राहतो आणि पर्यायाने आपल्या आयुष्यातील प्रेम, स्नेह, ममता सगळे गमावून बसतो. गाडीसारख्या एका क्षुल्लक मोहापायी गोष्टीतल्या बाबाने स्वत:चे व आपल्या मुलाचे केवढे नुकसान केले हे आपण लक्षात घेतले, तर आपणही स्वत:ला अशा प्रसंगात सावरू शकू.

हल्ली आपण मुलांना मतस्वातंत्र्य देतो. त्यांचे विचार त्यांनी मोकळेपणाने आणि निर्भयपणाने मांडावेत, याबाबत आपण आग्रही असतो. त्यामुळे मुलेही चिकित्सक होतात. पूर्वी मुले आईवडिलांवर श्रद्धा ठेवायची. त्यांना कुठल्याच बाबतीत प्रतिप्रश्न करीत नसत. आता तसे घडत नाही. मुलेही आईवडिलांना जोखत असतात. त्यांच्या वागण्या बोलण्याकडे मुलांचे लक्ष असते. त्यामुळे आता एका अर्थी मुले आपले मित्रच होतात. त्यामुळे आपण त्यांच्यावर हुकुमत करून त्यांना वळवायचा प्रयत्न केला, तर तो असफल होतो. गोष्टीतला मुलगा जुन्या पिढीतल्या मुलासारखा वागतो आणि बोलतो. आता तसे होणे शक्य नाही. ज्या गोष्टी आपल्याला मुलांना शिकवायच्या आहेत, त्या आधी आपण आचरणात आणायला हव्यात.

●

१९

समाधानाची गोष्ट

एका पंचतारांकित हॉटेलमध्ये एक शानदार पार्टीचे आयोजन करण्यात आले होते. एका मोठ्या कंपनीतील मॅनेजरला त्याच्या कैक वर्षांच्या परिश्रमाचे फलित मिळणार असते. या मॅनेजरची आता कंपनीचा संचालक म्हणून निवड करण्यात आलेली असते. त्याच्यासाठी खास कंपनीने एक जंगी पार्टी आयोजित केली असते.

कंपनीतील सगळे अधिकारी व कर्मचारी या पार्टीमध्ये सहभागी होतात. मॅनेजरचे काम जसे चोख होते तसाच त्याचा लोकसंग्रहसुद्धा दांडगा होता. त्याच्या लोकप्रियतेमुळे बहुतेक सर्व अधिकारी आणि कर्मचारी या उत्सवरुपी समारंभास हजर असतात. या मॅनेजरची कीर्ती कंपनी अध्यक्षांच्या पत्नीपर्यंत पोहोचलेली असते. त्याची कामाची हातोटी, कंपनीशी असलेली त्याची बांधिलकी याचे कंपनीच्या अध्यक्षांना फार कौतुक असते. नोकरीला लागल्यापासून खूप परिश्रम घेऊन या मॅनेजरने कंपनीची विलक्षण भरभराट केलेली असते. त्यामुळेच त्याच्या कामाची योग्य ती दखल कंपनीने घेतलेली असते. हल्लीच्या जमान्यात थोडयाफार पैशांसाठीसुद्धा लोक कंपन्या बदलत राहतात. कंपनीशी त्यांचे काही घेणेदेणे नसते. आपल्याला चार पैसे अधिक मिळताहेत, असे जाणवल्यास हातातले काम टाकून अगदी ज्येष्ठ मॅनेजरसुदधा कंपन्या सोडून जातात. या पार्श्वभूमीवर या मॅनेजरची कामगिरी कौतुक करण्यासारखी होती. त्याला कंपनीमध्ये बांधून ठेवण्यासाठी व त्याच्या विलक्षण बुद्धिमत्तेचा लाभ कंपनीला होत राहावा म्हणून त्याला कंपनीचे संचालक पद देण्याचा निर्धार कंपनीने केलेला असतो.

अध्यक्षांच्या पत्नीही आवर्जून या कार्यक्रमास व स्नेहभोजनासाठी उपस्थित राहणार असतात.

योग्यवेळी मॅनेजरचे आपल्या पत्नीसह आगमन होते. सर्वांनांच त्याच्या पत्नीला बघायची व भेटायची उत्सुकता असते. पत्नीच्या सहकार्यामुळेच मॅनेजर एवढी प्रगती करू शकला होता, अशी चर्चा कंपनीभर होत असते.

मॅनेजर त्याच्या वैवाहिक जीवनातही अत्यंत सुखी होता. त्याच्या पत्नीची त्याला पावलोपावली साथ होती. मॅनेजर जेव्हा दिवसरात्र एक करून कंपनीच्या उत्कर्षासाठी झटत होता त्यावेळी त्याच्या बायकोने त्याला उत्तम साथ दिली होती. त्यांचे नवीन लग्न झालेले असूनही तिने कधी तो उशिरा येतो, तिच्याकडे बघत नाही अशी तक्रार केली नव्हती. सुट्टीच्या दिवशीसुद्धा जेव्हा मॅनेजरला कामावर जावे लागायचे, तेव्हा त्याच्या पत्नीने समजूतदारपणाने त्याला मनासारखे काम करू दिले होते.

अत्यंत प्रसन्न मनाने मॅनेजर व त्याची पत्नी हॉटेलमध्ये प्रवेश करतात. मॅनेजरची पत्नी अध्यक्षांच्या पत्नीजवळ जाते आणि अध्यक्षांच्या पत्नीला अभिवादन करते. अध्यक्षांच्या पत्नीलाही मॅनेजरची पत्नी पाहताक्षणी आवडते. ती दिसायला सोज्ज्वळ असते. तिच्या बोलण्यातही व वागण्यातली शालीनता पहिल्या भेटीतच अध्यक्षाच्या पत्नीला जाणवते. मॅनेजरची पत्नी कशी आदर्श सहचारिणी आहे, याच्या कथा त्यांनीही आपल्या पतीकडून अनेकदा ऐकलेल्या असतात.

तिच्याशी गप्पा मारता मारता अध्यक्षांची पत्नी सहज मॅनेजरच्या पत्नीला विचारते, ''तुझा नवरा तुला आनंदी ठेवतो ना?'' अध्यक्षांची पत्नी जेव्हा हा प्रश्न विचारते तेव्हा मॅनेजर जवळपास उभा राहून कोणाशी तरी बोलत असतो. त्याच्या कानावर हा प्रश्न जातो तसा तो सावध होतो. पुढच्या क्षणी त्याच्या चेहऱ्यावर एक स्मितहास्य उमटते.

''माझी बायको माझ्याविरुद्ध काहीच बोलणार नाही, याची मला खातरी आहे. आमच्या दोघांमध्ये सुसंवाद आहे. शिवाय माझ्या बढतीच्या अशा उत्कट प्रसंगी ती माझ्याबद्दल उलट सुलट का बोलेल? तेही कंपनीचे सगळेच अधिकारी व कर्मचारी उपस्थित असताना? तिच्या तोंडून गंमत म्हणूनसुद्धा वावगे काही निघणार नाही याची मला खातरीच'' आहे असा विचार करून मॅनेजर कान देऊन

बायको काय उत्तर देते, ते ऐकण्यासाठी सरसावतो.

मॅनेजरची पत्नी अध्यक्षांच्या पत्नीकडे डोळे रोखून पाहते व शांतपणे म्हणते, ''नाही.'' ते ऐकताच अध्यक्षांची पत्नी संकोचते. मॅनेजरही कावरा बावरा होतो. तिथे आजूबाजूला उपस्थित जे लोक दोघींचे संभाषण ऐकत असतात ते दोन्ही स्त्रियांच्या आजूबाजूला येऊन उभे राहतात. एवढ्या यशस्वी मॅनेजरची पत्नी राजरोसपणे कबुली जबाब देते की, 'तिचा पती तिला आनंदी ठेवत नाही.' हे ऐकून सगळ्यांचीच उत्सुकता चाळवली जाते.

मॅनेजरची पत्नी पुढे म्हणते, ''मॅडम, माझा आनंद माझ्या पतीवर अवलंबून नाही. माझा आनंद माझ्यामधेच आहे आणि त्यामुळे मी कायम आनंदी असते. माझ्या पतीबद्दल विचाराल, तर असे कुठले जोडपे आहे ज्यांच्यामध्ये विसंवाद नाही? आमच्यातही बरेच मतभेद आहेत. आमचे स्वभावही भिन्न आहेत; परंतु लग्न म्हणजे एक तडजोड असते. एकमेकांना समजून घ्यायचे, एकमेकांवर विश्वास ठेवायचा आणि मुख्य म्हणजे एकमेकांच्या न आवडणाऱ्या गोष्टी सहन करायच्या. यालाच तर नाते म्हणतात ना? आनंदाचे विचाराल, तर तो माझ्यातच आहे. कारण मी समाधानी आहे. मला मिळालेले आयुष्य मी अत्यंत नम्रपणे आणि आनंदाने स्वीकारले आहे. माझ्या पतीच्या बाबतीतही माझी तीच भूमिका आहे. त्यामुळे त्यांच्याकडून मला दुःख मिळण्याचे काही कारणच नाही. दुःख तर आपण स्वतःच निर्माण करतो आणि म्हणूनच तुमच्या प्रश्नाचे उत्तर मी 'नाही' असे दिले.''

तिचे बोलणे ऐकून मॅनेजर सुटकेचा निःश्वास टाकतो. आपली पत्नी आपल्याला साजेसेच बोलली आणि तिने आपली पत वाढविली याचा आनंद त्याच्या चेहऱ्यावर दिसत असतो. त्याहीपेक्षा जास्त महत्त्वाचे हे की मॅनेजरची पत्नी अल्पसंतुष्ट आणि समाधानी असते. जीवनातले कडूगोड आनंदाने स्वीकारणारी असते. तिला तिचे असे स्वतंत्र अस्तित्व असते. तिचे ते रूप मॅनेजरला, अध्यक्षांच्या पत्नीला आणि आजूबाजूच्या लोकांना फार भावते.

आपल्यापैकी बऱ्याच जणांना आनंदी राहायची सवय नसते. कोणाला आपल्याकडे पुरेशी दौलत नाही, याचे दुःख असते तर कोणाची प्रकृती बरी नसते. कोणाला घरातल्या वातावरणाचा त्रास होत असतो, तर कोणी ऑफिसमध्ये समाधानी नसते. कोणी म्हणते, माझ्या प्रेमाचे कोणीच नाही, कोणी

म्हणते मला समजून घेणारे कोणी नाही. असे काही ना काही कारण काढून आपण स्वतःला सारखे दुःखी ठेवत असतो. आपला आनंद अनेकदा दुसऱ्यांवर अवलंबून असतो. खरेतर, जीवनाचा खरा आनंद जीवनाकडे पाहण्याच्या दृष्टिकोनामध्ये (attitude) असतो. आपण कशा पद्धतीने आपल्या जीवनातील त्रुटींकडे पाहतो, हे फार महत्त्वाचे आहे. त्या त्रुटींसकटही आपण आनंदी राहू शकतो हे आपण स्वतःला समजवले पाहिजे आणि आनंदी राहिले पाहिजे. जी माणसे अशी आनंदी राहू शकतात ती इतरांनाही आनंद देत राहतात. मॅनेजरच्या पत्नीने सांगितलेले आनंदाचे सूत्र आपण सगळ्यांनीही आत्मसात करायला हवे. मॅनेजरला बढती मिळाली याचा आनंद आहेत; पण मॅनेजरच्या पत्नीने जमलेल्या सर्वांना आनंदाचे सूत्र दिले, ही अधिक समाधानाची गोष्ट आहे. जिला सगळेजण सामान्य गृहिणी समजले होते, तिने एका वाक्यात आपले असामान्यत्व सिद्ध करून दाखविले हे विशेष.

●

२०

जीवनाचे गणित

माझ्या ओळखीचे एक जोडपे आहे. दोघेही सुप्रसिद्ध अभिनेते आहेत. ते उत्तम कलाकार आहेत आणि अतिशय लोकप्रियही आहेत. ही अभिनेत्री आमच्या बोर्डावर संचालिका होती.

एक दिवस आम्ही अधिकारी व संचालक मंडळ असे अनौपचारिक गप्पा मारत बसलो होतो. गप्पांच्या ओघांत विषयातून विषय निघाले आणि त्या अभिनेत्री म्हणाल्या, ''माझ्या पतीचा मदतनीस म्हणून काम करणारा एक मुलगा एवढा मोठा झाला की, त्याने आता स्वत:चा स्टुडिओ टाकला आहे आणि त्याने माझ्या नवऱ्याला त्या स्टुडिओचे उद्‌घाटन करायला सांगितले आहे. खालच्या दर्जाची ही माणसे स्वत:ला काय समजतात? पण गंमत अशी की अशा सटर फटर लोकांसाठी माझा नवरा असली उद्‌घाटने करायला सदैव उत्सुक असतो. यावरून आमचे नेहमीच भांडण होते. त्या मदतनीसाने मलाही स्टुडिओच्या उद्‌घाटनाचे निमंत्रण दिले आहे. पण मी मुळीच जाणार नाही. पायाची वहाण पायातच बरी यावरच माझा विश्वास आहे.''

तिचे ते बोलणे ऐकून मी थक्क झाले. हाताखाली काम करणारी माणसे हळूहळू शिकून तयार झाली आणि त्यांनी जर स्वत:चे अस्तित्व निर्माण केले, तर त्याचे आपल्याला वैषम्य का वाटावे? उलटपक्षी, आपण अशा माणसांचे कौतुकच करायला नको का? त्या बाईच्या अभिनेत्या नवऱ्याने आपला अहंकार बाजूला ठेवून आपल्या मदतनीसाच्या यशाचे कौतुक करण्याचे ठरवले तर त्यात गैर काय होते?

आपल्याकडील लहान-मोठेपणाच्या कल्पना फारच विचित्र आहेत. केवळ धर्म, जाती किंवा मनुस्मृती एवढेच आपले आधारस्तंभ असू शकत नाहीत. अहंकाराच्या खोट्या कल्पना आणि थोरपणाबद्दलचे निकष आपल्या मनात इतके रुजले आहेत की, त्याचे उच्चाटन करणेही कठीण होऊन बसले आहे.

काही माणसे अशी क्षेत्रे निवडतात की, ज्यामध्ये त्यांना झटपट श्रीमंती मिळते. ती माणसे श्रीमंत झाल्यावर अचानक थोर होऊन जातात. समाजातील प्रतिष्ठित होतात. सर्वजण त्यांच्यासमोर झुकू लागतात. त्यांच्यामध्ये नसलेले गुण त्यांना चिकटवले जाऊ लागतात. या उलट काही माणसे जीवनभर एखादा विषय घेऊन कठोर तपश्चर्या करतात. आपल्या विषयात ज्ञान प्राप्त करतात आणि एका परीने ज्ञानयोगी किंवा कर्मयोगी बनतात; परंतु अशा माणसांना आपण आदराचे स्थान देतोच, असे नाही. या अशा गुंत्यामुळे आपण माणसे ओळखायला विसरलो आहोत, अशी माझी खात्री पटत चालली आहे.

पाश्चात्य देशामध्ये जो माणूस आपल्या क्षेत्रात प्रवीण आहे त्या माणसाला सर्वोच्च आदर मिळतो आणि त्याची कदर इतर क्षेत्रातील थोरा मोठयांकडूनही केली जाते हे विशेष. एकदा एका मोठ्या कंपनीच्या मालकाने आपल्या कारखान्यात फेरफटका मारत असताना कनिष्ठ दर्जाच्या एका तंत्रज्ञाजवळ थांबून त्याच्या कामाविषयी चौकशी केली. स्वत:ला माहीत नसलेले काही ज्ञान त्याने या तंत्रज्ञाकडून घेतले. त्या तंत्रज्ञाशी बोलताना मालक अत्यंत आदरपूर्वक बोलत होता आणि त्याच्या वागण्या-बोलण्यात विलक्षण नम्रता होती. त्यावेळी मालकासोबत असलेल्या एका ज्येष्ठ मॅनेजरने मालकाला विचारले की, ''एवढ्या क्षुद्र माणसाकडून आपण ही माहिती का विचारून घेतलीत? आपण आज्ञा करायचा अवकाश की, मी ही सगळी माहिती गोळा करून आपल्याजवळ आणून दिली असती. या विषयावर आपल्याकडे इंटरनेटचाही पर्याय आहेच की!''

मॅनेजरचे बोलणे ऐकून मालक किंचितसे हसतो आणि म्हणतो, ''तुम्ही म्हणता ते बरोबर आहे; परंतु जे काम हा छोटा माणूस करतो आहे, त्या कामावर कारखान्याचा पाया उभारलेला आहे. त्याने आपले काम चोख बजावले की, त्याच्या वरची मंडळी त्याच्या पुढचे काम हातात घेतात. हा पायाच जर भक्कम नसेल, तर आपले उत्पादन दर्जेदार होऊ शकेल काय? दुसरी गोष्ट, या क्षेत्रामध्ये

हा माणूस आपल्याला कितीही छोटा वाटला तरी तो त्याच्या विषयातील तज्ज्ञ आहे आणि त्यामुळे त्याचे ज्ञान वंदनीय आहे. इंटरनेटवरून तुम्ही मला माहिती उपलब्ध करून द्याल यात मला शंकाच नाही; परंतु या माणसाचा अनुभव तुम्ही कुठून आणाल? ज्ञानाच्या बाबतीत म्हणाल, तर तो माझ्या पंक्तीमध्ये सहज बसू शकेल. कारण माणूस ज्ञानाने मोठा होतो, त्याच्या सामाजिक दर्जामुळे किंवा पगाराच्या आकड्यामुळे नाही.''

मालकाचे हे बोलणे विचार करण्यासारखे आहे. आपणही अनेकदा लोकांशी असेच बेपर्वाईने वागतो. केवळ एखाद्या माणसाचा सामाजिक दर्जा कनिष्ठ असेल, तर आपण त्याच्याशी अरेरावीने किंवा तुच्छपणाने वागतो; परंतु तो माणूस जे काम करतो ते आपल्याला करता येईल का, याचा विचारही प्रत्येकाने केला पाहिजे. ज्या क्षेत्रात एखाद्याने प्रावीण्य मिळविले आहे किंवा ज्याच्याजवळ एखादे कौशल्य आहे, त्या माणसाची कदर करायलाच हवी. अशीच एक मजेदार गोष्ट आठवली.

एका शाळेमध्ये दोन मित्र एकत्र शिकत असतात. एक मित्र फार हुशार असतो आणि शिक्षकांचाही लाडका असतो. दुसरा मित्र गणितामध्ये कच्चा असतो. जसेजसे दोघे पुढच्या इयत्तेत जातात तसे कच्च्या मित्राला समजून येते की, आपल्याला अभ्यास झेपणार नाही. म्हणून तो शाळेतून आपले नाव काढून घेतो. हुशार मित्र खूप अभ्यास करतो, पदव्युत्तर परीक्षा देतो आणि विद्यापीठामध्ये गणित विषयाचा प्राध्यापक होऊन कालांतराने तिथला मुख्यही होतो.

विद्यापीठातल्या एका मोठ्या परिसंवादात मोठमोठे अर्थतज्ज्ञ उपस्थित राहणार असतात. विद्यापीठाला अधिकाधिक ज्ञान प्राप्त व्हावे, या हेतूने त्या हुशार मित्राने (जो विद्यापीठाचा विभाग प्रमुख असतो) ही शक्कल लढविलेली असते. विद्यापीठातर्फे परिषदेच्या उद्‌घाटनासाठी एका यशस्वी उद्योजकाला निमंत्रण देण्यात आलेले असते. त्या उद्योजकाने थोड्याच काळात खूप मोठा व्यवसाय उभारलेला असतो व त्याचे मोठे नाव असते. त्याच्या कंपनीची उत्पादने दर्जेदार असतात आणि त्याच्या उद्योग सचोटीने चालतो अशी कंपनीची ख्याती असते. उद्‌घाटक म्हणूनविद्यापीठात येण्याचे उद्योजक कबूल करतो.

उदघाटनाच्या दिवशी प्राध्यापक मित्र समारंभाच्या अध्यक्षांचे म्हणजेच त्या उद्योजकाचे स्वागत करण्यासाठी त्यांच्या गाडीपाशी येतो. गाडीचे दार

उघडतो आणि बघतो तर काय! शाळा सोडून गेलेला त्याचा जुना मित्र त्याला दिसतो. तोच मोठा उद्योजक बनून त्याच्यासमोर उभा असतो. दोघेही एकमेकांना ओळखतात.

प्राध्यापक मित्र म्हणतो, ''मला कल्पनाही नव्हती की, माझा उडाणटप्पू मित्र प्रमुख पाहुणा म्हणून सन्मानाने माझ्याकडे येईल.'' उद्योजक मित्र हसून त्याच्या पाठीवर थाप मारतो व म्हणतो, ''मित्रा, शेवटी आयुष्याचे गणित मला सोडवता आले तर! अरे, हेच तर खरे महत्त्वाचे आहे. यशापेक्षा ज्ञान संपादन महत्त्वाचे आहे आणि त्याचा प्रत्यक्ष जीवनात उपयोग हेच तर आयुष्याचे खरे मर्म आहे.''

म्हणून पुन्हा एकदा माझे नम्रपणे सांगणे आहे की, ज्ञानाचा सदैव आदर करा. हे ज्ञान धारण करणारा मग कोणीही का असेना!

●

२१

जळकी पोळी

एका लहान मुलीने सांगितलेली गोष्ट आहे ही. ती लहान असताना आपल्या आई वडिलांचे बारीक निरीक्षण करायची. एक दिवस संध्याकाळी घरातल्या स्वयंपाकघरात बसून ती आईची धावपळ पाहत होती. आई कामावर जायची. सकाळी लवकर उठून स्वत:चे आवरायची, घरातल्यांचे सर्व सांभाळायची. सगळ्यांचे डबे भरून द्यायची, नाश्ता बनवायची आणि कामाला जायची.

संध्याकाळी तिचा पुन्हा असाच कार्यक्रम असायचा. कामावरून आल्याबरोबर ती स्वयंपाकघरात घुसायची. कोणाला काय आवडते ते बनवायची. प्रत्येकाची आवड निवड तिला चांगली लक्षात असायची. स्वत:ची आवड निवड मात्र ती कधीच कोणाला सांगायची नाही. कुटुंबातील प्रत्येकाची काळजी घ्यायची. कोणाचे दुखले खुपले, तर आई त्याच्या सेवेला हजर असायची.

त्या दिवशी संध्याकाळी आई रोजच्याप्रमाणे कामावरून घरी आली. नेहमी प्रमाणे जराही विश्रांती न घेता जेवण बनवू लागली. आज मात्र आई विवंचनेत असल्यासारखी दिसत होती. तिच्या मनाला कशाचा तरी त्रास होत होता असे जाणवत होते. ती बोलली मात्र काहीच नाही. नेहमीप्रमाणे घरातल्यांसाठी जेवण बनवू लागली.

सगळे आले. जेवायला बसले. पहिला घास घेतल्या बरोबर मुलीला कळले की, आज काही पोळ्या जळल्या आहेत. आमटीतही मीठ थोडे जास्तच पडले आहे. मुलीने 'आज मला पोळी नको. नुसताच भात वाढ' असे आईला सांगितले.

भातावर आमटी घ्यायचेही तिने टाळले. पानात वाढलेला भात उसळीशी खाऊन ती उठली.

तिने आपल्या वडिलांकडे पाहिले. त्यांनी शांतपणे एक जळकी पोळी उचलली. पोळीची जळकी बाजू बोटाने झाडून त्यांनी ती पोळी आनंदात खाल्ली. भाताबरोबर मिठाळ आमटीही ओरपली. त्यांच्या चेहऱ्यावर कुठेही नाराजी दिसत नव्हती. मुलीला आश्चर्य वाटले. आई मात्र मुलगी नीट जेवली नाही, म्हणून हळहळत राहिली.

सर्वांची जेवणे झाल्यावर आई जेवायला बसली. जेवताना तिच्या लक्षात आले की मुलगी का जेवली नव्हती. तिने आपल्या नवऱ्याची क्षमा मागितली. ''जेवण बरोबर झाले नाही, त्याबद्दल क्षमस्व'' असे आईला वडिलांशी बोलताना मुलीने ऐकले. वडिलांनी हसून ''जाऊ दे गं, होतं असं कधीतरी'' असे म्हणून तिला शांत केले.

रात्री झोपण्यापूर्वी मुलगी बाबांना 'गुड नाईट' म्हणायला गेली. आई अजून स्वयंपाकघरात मागचे आवरत होती. मुलगी हळूच बाबांना म्हणाली, ''बाबा, तुम्ही कसं हो आजचं जेवण मजेत जेवत होतात? पोळी जळलेली आणि आमटीत एवढं मीठ होतं तरी तुम्ही साधी तक्रार सुद्धा केली नाहीत. खरंच का तुम्हाला आजचे जेवण एवढं आवडलं?''

बाबा हसले. छोट्याशा मुलीला मांडीवर घेऊन ते म्हणाले, ''मला मान्य आहे की, आज जेवण जरा बिनसलं होतं; परंतु तुझी आई आपल्या कुटुंबासाठी सकाळपासून रात्रीपर्यंत किती कष्ट घेते नाही? आज तिचंही काहीतरी बिनसलं असणार. तिचे चित्त विचलित झाल्यासारखं वाटत होतं. आपण एखादा दिवस तिच्या चुकीला क्षमा करू शकतो ना? आपणच तिला डिवचलं किंवा तिला नावं ठेवली, तर तिला किती वाईट वाटेल. होय ना?''

''बाळा, लग्न म्हणजे एकमेकांना समजून घेणं. एकमेकांवर विश्वास ठेवणं. एका जळक्या पोळीनं या विश्वासाला, समजूतदारपणाला आणि प्रेमाला धक्का लागत असेल तर ते खरे प्रेमही नाही आणि अशा लग्नाला अर्थही नाही. हल्ली बरेच लोक क्षुल्लक कारणांसाठी एकमेकांशी भांडत बसतात. एकमेकांचे दोष अथवा चुका पदरात घेत नाहीत. त्यांची भांडणं एवढी विकोपाला जातात, की त्यांचे घटस्फोटही होतात. तू जर घटस्फोटांची कारणे बघितलीस, तर

तुला आश्चर्य वाटेल की, किती छोट्या चुकांसाठी माणसे आयुष्यभराची साथ सोडायला तयार होतात. कोणाला आपल्या जोडीदाराचे कपडे आवडत नाहीत, तर कोणाला दुसरे काही. आपला आनंद एका जेवणापुरता, किंवा जळक्या पोळीपुरता नाही. आपला आनंद एकमेकांपासून मिळणाऱ्या आनंदात आहे. एक जळकी पोळी ते बिघडवू शकत नाही.''

त्या दिवशी मुलीला आपल्या वडिलांचे बोलणे खूपसे कळले नाही. मात्र जशी जशी ती मोठी होत गेली, तसे तिला वडिलांचे बोलणे पटले. तिचे लग्न होऊन संसार सुरू झाल्यावर रोज तिला वडिलांच्या बोलण्याची आठवण यायची आणि जळक्या पोळीची सुद्धा.

●

२२

एक संध्याकाळ

सॉफ्टवेअरमध्ये काम करणाऱ्या माणसांचे पगार भरपूर असतात. अगदी लहान वयात ते स्वत:चे घरही बनवतात. ज्याला आपण समृद्धी म्हणतो ती या मंडळींच्या घरात पाणी भरत असते. सगळे काही छान असते, फक्त या लोकांना खासगी आयुष्य नसते. अनेकदा आपण वर्तमानपत्रातून वाचतो की, अशी जोडपी मुलांना जन्म द्यायलाही वेळ लावतात किंवा कचरतात. त्यांची महत्त्वाकांक्षा त्यांना सामान्य माणसांसारखे जीवन जगूच देत नाही. एका इंजिनिअरला आलेला एक हृदयस्पर्शी अनुभव.

एके दिवशी हा तरणाबांड हुशार इंजिनिअर आपल्या बायकोशी बोलत होता. असे बोलणेही खरेतर त्याच्या दृष्टीने दुर्मीळ होते. तो काही क्षण आपल्या लॅपटॉपपासून जरा दूर झाला होता म्हणून बायकोशी बोलू लागला. तिला म्हणू लागला, ''मी तुला वेळच देऊ शकत नाही. लवकरच आपण कुठेतरी फिरून येऊ. तू माझ्यावर रागावू नकोस. मी ही सगळी धडपड आपल्या आनंदी संसारासाठीच तर करत आहे.''

बायको हसली आणि म्हणाली, ''तुम्ही मला न्याल तेव्हा न्याल. सध्या मी सांगते तेवढे कराल का?'' इंजिनिअरने कुतुहलाने तिच्याकडे पाहिले. ''तुमच्या आईला तुम्ही कितीतरी वर्षात वेळ दिलेला नाही. एक संध्याकाळ तिच्याबरोबर मन मोकळेपणाने घालवाल का? तिला तुमची खूप गरज आहे. आता ती म्हातारीही झाली आहे. शिवाय एकटी आहे.''

कसे कोण जाणे, इंजिनिअर या भेटीसाठी तयार झाला. त्याने आपल्या आईला फोन केला. ''तुझ्याबरोबर एक संध्याकाळ घालवायची आहे. तू येशील का?'' आई तयार झाली. नव्हे, आनंदी झाली.

भेटीच्या दिवशी आई खूप छान तयार झाली. मुलाला आवडणाऱ्या रंगाची साडी तिने परिधान केली. त्याला आवडणारे पदार्थ बनविले. घरही छान आवरले. मुलाची वाट पाहत ती त्याला आवडणारे संगीत लावून बसली.

मुलगा आला. सगळे वातावरण बघून प्रसन्न झाला. मनातल्या मनात त्याला ओशाळवाणे झाले की, आपण आईला फार वर्षांनी वेळ दिला आहे. आईबरोबर थोडेसे खाऊन मुलाने आग्रह केला की, आपण नाटकाला जाऊ आणि बाहेरच जेवू. अनेक आढेवेढे घेऊन आई त्याच्याबरोबर जायला तयार झाली; पण इतक्या वर्षात घडलेल्या इतक्या घटना आणि इतके प्रसंग मुलाला सांगायचे होते की, नाटकाची वेळ कधी टळून गेली हे दोघांनाही कळले नाही. मुलाच्याही आयुष्यातल्या महत्त्वाच्या घटना तिला ऐकायच्या होत्या.

नाटक चुकले, तरी जेवायला मात्र ती दोघे एका सुंदर, प्रसन्न ठिकाणी गेली. जेवणही अगदी रुचकर होते. आईचे जेवणाकडे लक्षच नव्हते. ती सारखी मुलाकडे टक लावून बघत होती, आपल्या चेहऱ्यावरचा आनंद लपवू शकत नव्हती.

''माझ्या सगळया मैत्रिणींना कळले आहे की, आज माझी तुझ्याबरोबर 'डेट' आहे.'' आईने डोळे मिचकावत त्याला सांगितले. ''त्या सगळ्यांना माझी भयंकर असूया वाटते आहे. त्यांना तुला बघायची फार इच्छा आहे.'' आईच्या बोलण्याने मुलाला पुन्हा जाणीव झाली की, आपण आईच्या प्रति असलेले आपले कर्तव्य कित्येक वर्षात बजावलेच नाही. आईच्या चेहऱ्यावरचा आनंद पाहून त्यालाही खूप बरे वाटले. कित्येक वर्षात तोही असा 'रिलॅक्स' झाला नव्हता. आईवडिलांशी असलेले आपले नाते किती घट्ट असते, याचा त्याला प्रत्यय मिळाला. कितीही वर्षे आपण एकमेकांपासून दूर असलो, तरी पुन्हा भेटल्यावर जुन्या भावबंधापासून सुरुवात होते हेही त्याला जाणवले. ''आपण आईला वरचेवर भेटायला हवे'' असा विचार त्याच्या मनात सतत येत राहिला. आईला या क्षणांचे महत्त्व आणि मोल किती आहे, हेही त्याला मनापासून समजले. आईही पुन्हा पुन्हा तेच बोलत होती.

''तू तर रोज खूप लवकर झोपतेस. आज माझ्यामुळे तुला फारच उशीर झाला. त्याचा तुला त्रास तर नाही होणार?'' मुलाने काळजीयुक्त सुरात आईला विचारले.

आईने गोड हसून त्याच्याकडे बघितले. ती म्हणाली, ''अरे तू माझ्या झोपेचे काय घेऊन बसलास? मला आज इतकी चांगली झोप येणार, आहे जशी अनेक वर्षात आलेलीच नाही. तुझ्या नुसत्या आठवणीने आणि तुझ्याबरोबर घालविलेल्या या क्षणांमध्ये माझ्या जीवनाचा सगळा आनंद एकवटला आहे. झोप तर काय रोजचीच आहे.

रात्री उशिरा आईला घरी सोडून हा इंजिनिअर आपल्या घरी परतला. घरी आल्यावर बायकोने इंजिनिअरला विचारले, ''कशी आहे तुझी आई? ती कशी काय या वयात एकटी जगते? तू माझ्याजवळ असून मला फारसा भेटत नाहीस, त्याचा मला केवढा त्रास होतो. आई तुझ्याविना कशी जगत असेल रे?'' इंजिनिअरने आईबरोबर घालविलेली संध्याकाळ तपशीलवार बायकोला सांगितली. त्याच्याकडून फार काळ आईला भेटणे राहून गेले होते, त्याची खंतही त्याने बायकोला बोलून दाखविली.

''तुझ्याबद्दल मात्र आई सारखी विचारत होती. तिच्या बोलण्यात मला फार ममत्व जाणवले. बरे झाले तू मला आईला भेटण्याचा सल्ला दिलास.'' इंजिनिअर कृतज्ञतेने बायकोला म्हणाला. बायको नुसतीच हसली.

दुसऱ्या दिवशी आईचा इंजिनिअरला फोन आला. तिने पुन्हा कालच्या संध्याकाळच्या आठवणी काढल्या आणि ती किती या भेटीने आनंदी झाली, हे तिने त्याला पुन्हा पुन्हा सांगितले. फोन ठेवण्यापूर्वी आई म्हणाली, ''तू मला एक सुंदर संध्याकाळ दिलीस त्याबद्दल मी आभारी आहे. पण आता माझी पाळी आहे. मी दुसरी एक छान जागा पाहून ठेवली आहे. पहिल्या जागेपेक्षाही सरस अशी. आता तू माझ्याबरोबर जेवायला यायचे आहेस. वेळ कधी काढतोस ते सांग.'' फोन ठेवताना आईने पुन्हा एकदा मुलाला सांगितले की तिच्या सगळ्या मैत्रिणींना त्या संध्याकाळचे वर्णन ऐकून भरून आले. जिला तिला आपल्या मुलाची आठवण आली.

मुलाने ''शक्यतो लवकर वेळ काढतो'' असे म्हणून फोन ठेवला. तोही अजून कालच्या संध्याकाळच्या आनंदात होता. आपण आता यापुढे बायकोला

व आईला वेळ दिलाच पाहिजे, असे त्याने स्वत:ला बजाविले.

आई मुलाच्या या भेटीनंतर थोड्याच दिवसात आई गेल्याचे मुलाला कळले. तिच्या नोकराने फोन करून मुलाला ही खबर दिली. ''अरे आपले आईला पुन्हा भेटायचे राहून गेले.'' असे म्हणून मुलगा रडू लागला. त्याची बायको त्याचे सांत्वन करू लागली. दोघेही आईच्या घरी तिच्या अंतिम दर्शनासाठी गेले.

घरातल्या नोकराने मुलाच्या हातात एक पाकीट दिले. तुमच्या आईने तुम्हाला द्यायला सांगितले होते.'' असे नोकराने भरल्या गळ्याने सांगितले. पाकिटामध्ये आईने निवडून ठेवलेल्या त्या सुंदर हॉटेलची डिनरची दोन तिकिटे होती. त्यावर पुढल्या आठवड्यातील तारीख होती. सोबत एक चिठ्ठी होती. त्यावर आईने लिहिले होते, 'तुम्ही दोघं माझी आठवण काढून या ठिकाणी नक्की जेवायला जा. मला जमेल असे वाटत नाही.'

आई काय असते, हे त्यादिवशी त्या इंजिनिअर मुलाला कळले.

●

२३

झिंग

नुकतीच वाचनात आलेली चीनमधली ही कथा. झिंग नावाची एक स्वप्नाळू अठरा वर्षांची तरुणी, सगळ्या मुली जगतात तशी सामान्य जीवन जगणारी. दिसायला छान आणि कामाला हुशार. तिच्याही डोळ्यांत खूप स्वप्ने होती, खूप शिकायचे, मोठे व्हायचे, संसार थाटायचा आणि मुख्य म्हणजे आनंदी राहायचे; पण कशी कोण जाणे, तिच्या या स्वप्नांना दृष्ट लागली.

एक दिवस कॉलेजमध्ये जात असताना एका माणसाने तिचे अपहरण केले. त्या माणसाने तिला पळवून नेऊन दुसऱ्याला विकली. ज्याला विकली त्या माणसाची शेती होती. तीसुद्धा अगदी ओसाड जागी. त्याला त्या ओसाड माळरानात शेती फुलवायची होती. त्यासाठी त्याला मजूर हवे होते. अपहरण झालेल्या झिंगला त्याने माळरानात कामासाठी ठेवली.

झिंग दिवसरात्र काबाडकष्ट करायची. तिला विकत घेतलेला माणूस तिच्याशी फार क्रूरपणे वागायचा. तिला मारझोड करायचा, उपाशी ठेवायचा. त्याचे एकूणच वागणे पशुसारखे होते.

रोज झिंग विचार करायची की, आपण इकडून पळ काढावा; पण पळ कसा काढायचा? आश्रय कुठे घ्यायचा? तिचा आराखडा अजून पक्का होत नव्हता. असे करता करता पंधरा वर्षे लोटली. झिंगच्या आईबाबांनी तिचा

शोध घेणे सोडून दिले होते. त्यांना कधीच कळले नाही की, झिंग नेमकी कशी आणि कुठे गायब झाली?

पंधरा वर्षांनंतर एक दिवस झिंगला संधी मिळाली. तिचा मालक एका मोठ्या शहरात काही कामासाठी दोन-चार दिवसांसाठी गेला होता. तेवढ्या वेळात झिंग पळाली. ती पळतच राहिली. लपत छपत, झाडाझुडपांमागे आसरा घेत कशीबशी जवळच्या एका खेडेगावात पोहोचली. तिथल्या एका दारावरची कडी तिने वाजवली. एका तरुण मुलीने दार उघडले. झिंगने तिच्याकडे आश्रय मागितला. त्या मुलीला तिची दया आली. ती म्हणाली, ''आश्रय देण्याचा निर्णय माझा भाऊ घेईल. तो आता घरात नाही. पण मी तुला जेवणखाण देते. तू आंघोळ करून ताजीतवानी हो. माझे कपडेही तुला देते. नंतर आपण बोलू.''

आंघोळ, जेवण करून झिंग ताजीतवानी होईपर्यंत त्या मुलीचा भाऊ आला. बहिणीने त्याला सारी हकिकत सांगितली. भावाने तिला काही प्रश्न विचारले. तिने प्रामाणिकपणाने खरे काय ते सांगितले. भावाला पटले की, ही मुलगी निरागस होती. तिला मदतीची गरज होती. झिंगचे बोलणे वागणे सुशील असल्यामुळे त्या बहीण भावंडानी तिला आपल्या घरात आश्रय दिला.

झिंग बहिणीला सगळी मदत करायला लागली. घरातील सगळी कामे करून घर टापटीप ठेवायला लागली. स्वतःच्या गोड स्वभावामुळे तिने बहीणभावाचे मन जिंकून घेतले. आता तिची एकच इच्छा उरली होती, ती म्हणजे आपल्या आईवडिलांचा शोध घेण्याची. आपले गाव या गावापासून किती दूर आहे, हेही तिला माहीत नव्हते. झिंगने त्या भावाची मदत घेतली आणि आपल्या घराकडे परतण्याचा विचार ती करू लागली.

झिंगच्या स्वभावावर भाळून त्या बहिणीच्या भावाने तिला लग्नाची मागणी घातली. आतापर्यंत पंधरा वर्षे ज्या मुलीने फक्त क्रौर्य बघितले होते तिला पुरुषांची भीती वाटायची. झिंग त्या बहिणीच्या भावाशी फारशी बोलतही नसे; परंतु त्याने मनाचा उदारपणा दाखवून तिला आश्रय दिला म्हणून ती त्याची ऋणी होती. जेवढे दिवस ती या बहीण-भावाबरोबर राहिली होती तेवढ्यात तिला भावाचा स्वभाव कळला होता. तो अतिशय समजूतदार आणि प्रेमळ

होता. त्याच्या बहिणीच्या छोट्या-मोठ्या गरजा भागविण्यासाठी हा भाऊ सदैव तत्पर असायचा.

त्याने लग्नाची मागणी घातल्यावर झिंगने विचार केला, आता मीही प्रौढा झाले आहे. या वयात मी कुठे वर संशोधन करीत फिरू? शिवाय मला पुरुषांची भीती वाटते. समजा मी एखाद्या पुरुषाशी लग्न केले आणि तो ही त्या मालकासारखा क्रूर निघाला, तर माझे काय होईल? या विचाराने तिने लग्नाच्या मागणीला होकार दिला.

भावाने लगेच बहिणीतर्फे झिंगला निरोप दिला, ''तू लग्नासाठी एक सुंदर वेडिंग गाऊन शिवून घे.'' झिंग हरखून गेली.

बहिणीबरोबर तिने लग्नाची तयारी सुरू केली. एक सुंदर वेडिंग गाऊन बनवून घेतला. दोघांचे लग्न झाले. लग्नानंतर झिंगला जाणवायला लागले की, आयुष्यात तिला यापूर्वी कधीच न मिळालेले प्रेम नवऱ्याकडून मिळत आहे. त्याचा प्रेमळपणा, त्याचा समजूतदारपणा याने झिंग एवढी भारावली की, तिने अजून तीन-चार वेडिंग गाऊन शिवून घेतले. रोज आंघोळ झाल्यावर ती एक नवा वेडिंग गाऊन घालायची. चारही वापरून झाले की, पुन्हा पहिला वापरायची. गावातील लोकांना आश्चर्य वाटले की, ही बाई लग्न समारंभ आटोपला तरी रोज वेडिंग गाऊन का बरे घालते? झिंगला लोकांच्या बोलण्याची पर्वा नव्हती. रोज ती वेडिंग गाऊन घालायची आणि आनंदाने गात गात आपली कामे करीत राहायची. नवऱ्याच्या प्रेमाने ती पूर्ण बदलून गेली होती.

एक दिवस गावातील काही लोकांनी तिच्या नवऱ्याला विचारले की ''तुझी बायको रोज वेडिंग गाऊन का घालते?'' तो म्हणाला, ''तो घालण्यात जर तिला आनंद वाटत असेल तर तिने रोज एक नवीन गाऊन घालावा. मला त्याचे काय?'' आणि जेव्हा गावातील बायकांनी झिंगला विचारले तेव्हा तिने फार भावस्पर्शी उत्तर दिले. ती म्हणाली, ''लग्नाच्या रात्री ज्या पद्धतीने माझा नवरा माझ्याशी वागला आणि त्यानंतर त्याने माझी जशी काळजी घेतली तशी काळजी, तसे प्रेम मी यापूर्वी कधीच अनुभवले नव्हते. मला असे वाटले, की लग्नानंतरची माझी ही पहिली रात्र कधीच संपू नये. त्याची आठवण म्हणून मी आणखीन तीन-चार गाऊन शिवून घेतले. मी रोज वेडिंग गाऊन घालते ज्यामुळे ती रात्र माझ्या स्मरणात राहते. माझ्या नवऱ्याचे माझ्यावरील अपूर्व प्रेम मला

आठवत राहते. त्याने माझ्या मनातील भीती, तिरस्कार, क्रौर्य सगळे काही पुसून टाकले आहे. माझे मन प्रेमाने ओथंबून वाहते आहे आणि म्हणून कोणीही मला हसले, तरी मी वेडिंग गाऊन घालतच राहणार, अगदी मरेपर्यंत.''

गावातील लोकांनी झिंगचे नाव 'वेडिंग गाऊन सिस्टर' असे ठेवले. ते ऐकून झिंग गालातल्या गालात हसते व पुन्हा आनंदात आपल्या कामाकडे वळते.

प्रेम ही अशी संजीवनी आहे की, त्याने मेलेले मन, थिजलेले मन, घाबरलेले मन पुन्हा जिवंत होते. प्रत्येक माणूस आनंद मिळविण्यासाठी जगत असतो आणि जीवनातील आनंद शोधत असतो. प्रेम ही अशी संजीवनी आहे ज्यामुळे आपला अक्षय आनंद काठोकाठ भरून जातो. प्रत्येकाच्या जीवनात ही संजीवनी येऊ दे आणि झिंग सारखे तुम्हा आम्हालाही आनंदाने भरून जाऊ दे.

●

२४

आईची खुर्ची

सरस्वती विद्यालयाच्या मुख्याध्यापिका सहावीच्या मुलांची प्रगती पुस्तके पाहत होत्या. गुप्तेबाईंच्या वर्गातील मुलांची प्रगती पुस्तके नजरेखालून घालताना त्या मध्येच थांबल्या. अमेयच्या प्रगती पुस्तकावर गुप्तेबाईंनी चांगलाही नाही आणि वाईटही नाही असा शेरा लिहिला होता. त्यांना आठवले, अमेय हुशार मुलांपैकी एक होता. असे असताना त्याच्या बाईंनी त्याच्याबद्दल काहीच चांगले न लिहिता असा शेरा का बरे मारला असावा, याचा विचार त्या करु लागल्या. गुप्तेबाईंना बोलावूनच घ्यावे, असा विचार करून त्यांनी शिपायाकरवी त्यांना 'भेटायला या' असा निरोप पाठविला.

गुप्तेबाई आल्यावर त्यांनी अमेयचे प्रगती पुस्तक त्यांच्या समोर धरले. गुप्तेबाई काही न कळल्यासारखे एकदा त्या पुस्तकाकडे व एकदा मुख्याध्यापिका बाईंकडे पाहू लागल्या. ''अहो गुप्तेबाई, अमेय आपल्या शाळेचा एक हुशार विद्यार्थी आहे. तुम्ही मात्र त्याला न्याय दिलेला नाही, असे मला तुमच्या अभिप्रायावरून कळते आहे. याचे कारण काय बरे असावे?'' मुख्याध्यापिकांनी गुप्तेबाईंना विचारले.

''त्याच्याबद्दल चांगले लिहिण्यासारखे मला काही आढळून आले नाही. हा मुलगा सदैव दुःखी कष्टी दिसतो. एकटा राहतो. मुलांमध्ये मिसळत नाही. अभ्यासात लक्ष देत नाही. त्याचे वर्षभराचे मार्क पाहा. मग मी काय बोलते आहे ते तुम्हाला पटेल. याला एकही मित्र नाही. याच्या चेहऱ्यावर मी कधी हसू ही

पाहिले नाही.'' गुप्तेबाई ठासून बोलल्या.

मुख्याध्यापिका बाईंनी अमेयची चौथीपासूनची प्रगतिपुस्तके मागविली. ती गुप्तेबाईंसमोर ठेवली. गुप्तेबाई ती पुस्तके चाळू लागल्या. चौथीमध्ये अमेय पहिला आला होता. त्याशिवाय खेळातली, सांस्कृतिक कार्यक्रमातली सगळी बक्षिसे त्यानेच पटकाविली होती. अमेयला आदर्श विद्यार्थ्याचा पुरस्कारही मिळाला होता. पाचवीमध्ये त्याचे मार्क थोडे कमी झाले होते. त्याच्या वर्गशिक्षकांनी त्याच्याबद्दल शेरा लिहिला होता. अमेयची आई दुर्धर रोगाने वारली होती. त्याचा परिणाम अमेयच्या अभ्यासावर झाला होता. अमेय आपल्या आईच्या फार जवळ होता. आईवर त्याचे फार प्रेम होते. त्यामुळे तिच्या मृत्युचा आघात तो सहन करू शकला नाही. त्याच्या घरी वडिलांशिवाय दुसरे आता कोणी नाही. वडील त्याच्याशी फारसे आत्मीयतेने वागत नाहीत. अमेय स्वत:ची ओळख विसरला आहे, हे दुर्दैवी आहे.''

आता अमेय सहावीत होता. तो असा का वागत होता, याची उकल गुप्तेबाईंना ती प्रगतिपुस्तके वाचून झाली. त्यांनी मनाशी ठरविले की, आपण अमेय वर लक्ष द्यायला पाहिजे. नुसते शिक्षिका बनून चालणार नाही, आपल्याला आता अमेयची आई व्हायला हवे. मुख्याध्यापिका बाईंना तसे सांगून त्या आपल्या वर्गात परतल्या.

दुसऱ्या दिवशी पासून गुप्तेबाईंनी अमेयवर विशेष लक्ष द्यायला सुरुवात केली. त्या जणू त्याची दुसरी आई झाल्या. अमेयला त्यांचे प्रेम हळूहळू स्पर्श करू लागले. पुढच्या परीक्षेत त्याला चांगले यश मिळाले. वार्षिक परीक्षेत तर त्याला ६०% च्या वर मार्क मिळाले. अमेय आनंदी दिसू लागला.

पुढच्या वर्षी अमेय दुसऱ्या शिक्षकांकडे गेला, तरी गुप्तेबाईंनी त्याच्याशी जोडलेले नाते तोडले नाही. शाळा सुटल्यावर त्या त्याचा अभ्यास घ्यायच्या, त्याच्या वैयक्तिक अडीअडचणी सोडवायच्या. त्यांना अमेयचा लळा लागला होता. अमेयही त्यांच्याशी मोकळेपणाने बोलू, वागू लागला. सातवीपासून बोर्डाच्या परीक्षेपर्यंत अमेय पूर्ण सावरला. बोर्डात तो पाचवा आला. गुप्तेबाईंच्या आनंदाला पारावार राहिला नाही.

अमेयची चौफेर प्रगती होऊ लागली. शाळा सोडताना शाळेमध्ये एक छोटासा हृद्य निरोप समारंभ झाला. सर्व मुलांनी गुप्तेबाईंसाठी काहीना काही भेटवस्तू

आणली होती. त्यात एक वर्तमानपत्राच्या कागदात गुंडाळलेलीही भेटवस्तू होती. गुप्तेबाईंनी ती भेटवस्तू उघडून पाहिली. त्यामध्ये पॉलिश गेलेल्या चार बांगड्या होत्या आणि कुंकवाचा करंडा होता. ही भेटवस्तू अमेयनेच आणली असणार, याची मुलांना खात्री होती. सगळी मुले अमेयला हसू लागली. बाईंनी मात्र भरल्या डोळ्यांनी अमेयकडे पाहिले. त्याच्या आईच्या वस्तू त्याने आपल्या बाईंना दिल्या होत्या. ती भावना फार श्रेष्ठ होती. श्रद्धेने कुंकवाच्या करंड्यातील कुंकू त्यांनी आपल्या कपाळावर लावले. रंग उडलेल्या बांगड्याही भक्तिभावाने आपल्या हातात चढविल्या. अमेयचे डोळे भरून आले. मुलांनी केलेल्या टिंगलटवाळीचे त्याला काहीच वाटले नाही.

उच्च शिक्षणासाठी अमेय आपल्या गावातून शहरात गेला. गुप्तेबाईंशी रोजचे असलेले नाते जरा मागे पडले. मध्ये बरीच वर्षे गेली. गुप्तेबाई सरस्वती विद्यालयातून आता सेवानिवृत्त झाल्या होत्या. या काळात दरवर्षी अमेय गुप्तेबाईंना दिवाळीच्या शुभेच्छा द्यायचा. त्यावर तो नेहमी हे वाक्य लिहायचा की, 'बाई, तुम्ही मला जीवनातला आनंद पुन्हा मिळवून दिलात. माझ्या मरगळलेल्या मनाला पुन्हा उभारी दिलीत. मी तुमचा आजन्म ऋणी राहीन.'

अशीच काही वर्षे गेली. अचानक एक दिवस पोस्टाने गुप्तेबाईंकडे एक लग्नपत्रिका आली. उघडून पाहतात तो ती अमेयच्या लग्नाची निघाली. आनंदाने गुप्तेबाईंची कळी खुलली. अमेयने आता डॉक्टरेट मिळविली होती, असे दिसत होते. आपल्याला एकेकाळी न आवडणारा अमेय यशाची किती शिखरे सर करून गेला, याचा विचार करून गुप्तेबाईंचा ऊर त्याच्या विषयीच्या अभिमानाने भरून आला. त्याच्या लग्नाची तारीख आणि स्थळ त्यांनी नीट वाचून घेतले. अमेयच्या लग्नाला जाण्याचा त्यांनी निश्चय केला.

लग्नाच्या दिवशी अगदी वेळेवर गुप्तेबाई हॉलवर पोहोचल्या. हॉलवर बरीच गर्दी असल्यामुळे त्या मागे जाऊन बसल्या. एवढयात कोणीतरी त्यांना शोधत आले. ''आपणच गुप्तेबाई का? आपल्याला पुढे बोलाविले आहे.'' असे म्हणून बोलावणाऱ्या मुलाने गुप्तेबाईंना सर्वात पुढच्या रांगेत नेले. तेथे एका सुंदर खुर्चीवर त्यांना बसण्यास सांगितले. गुप्तेबाईंना त्यावर बसायला संकोच वाटू लागला. त्या खुर्चीच्या पाठीवर 'आई' अशी चिठ्ठी चिकटवलेली होती. गुप्तेबाई संभ्रमात उभ्या होत्या. एवढ्यात त्यांच्या पाठीवर कोणीतरी हात ठेवला. त्यांनी

वळून पाहिले. अमेय हसत त्यांच्या पाठीवर हात ठेवून म्हणाला, ''बाई, ही तुमचीच खुर्ची आहे. नि:संकोच यावर विराजमान व्हा.''

गुप्तेबाई त्या खुर्चीवर विराजमान झाल्या. अमेयने पाहिले, त्या तशाच, पूर्वीसारख्या होत्या. अगदी साध्या, प्रेमळ, अगदी त्याच्या आईसारख्या. त्यांच्या हाताकडे अमेयचे लक्ष गेले. अमेयने दिलेल्या बांगड्या अजूनही त्यांच्या हातात होत्या. त्यांनी फक्त त्या बांगड्यांना पॉलिश करून घेतलेले दिसत होते. कपाळावर तोच आईच्या कुंकवाचा टिळा होता. अमेयला भरून आले. तो काही न बोलताच लग्नासाठी बोहल्यावर उभा राहिला.

लग्न लागले. विधी आटोपल्यानंतर वर आणि वधू थोरांना नमस्कार करतात. अमेयचे बाबा लग्नाला हजर होते; परंतु अमेय आपल्या नववधूला घेऊन प्रथम गुप्तेबाईंच्या पाया पडला. नंतर वडिलांच्या पाया पडला. गुप्तेबाईंनी त्याला छातीशी कवटाळले. अभिमानाने आणि आनंदाने त्यांचा ऊर भरून आला, त्यांनी वळून पुन्हा एकदा आपल्या खुर्चीकडे बघितले. 'आईची खुर्ची' हे शब्द वाचून त्यांना पुन्हा एकदा गहिवरून आले.

●

२५

खरा राजा

आठवड्याचा बाजार संपत आला होता. सरस्वतीबाईंचे सर्वच सामान आज विकले गेले होते. भरपूर पैसे मिळाल्यामुळे सरस्वतीबाई आनंदात होत्या. त्यांनी आपल्या आजुबाजूला नजर फिरविली. संध्याकाळ झाली होती. सूर्य पश्चिमेकडे कलला होता. बाजारात आलेली गाई गुरे धूळ उडवत घराकडे निघाली होती. सरस्वतीबाईंच्या आजुबाजूला बसलेले इतर लोकही आपले सामान आवरून निघायच्या तयारीत होते.

सरस्वतीबाईंनी आपल्या घरासाठी खूप खरेदी केली. नातवंडांसाठी शेवेचे लाडू घेतले. शेवगाठ्या, बत्तासे, भुईमुगाच्या शेंगा इत्यादी वस्तू घेऊन मोकळ्या झालेल्या पाटीत भरल्या. प्रसन्न मनाने त्या एसटी स्टँडवर पोहोचल्या. त्यांच्या गावाला जाणारी बस नुकतीच निघून गेली होती. ''आता काय करावे?'' एवढ्या दूर पायी चालत जाणे शक्यच नव्हते. त्यांचे गाव फार दूर होते. सरस्वतीबाई विचार करू लागल्या?

बाजारातून त्यांच्या गावाला जायला पॅसेंजर टॅक्सी मिळत होत्या. पण चार पाच जण जमल्याशिवाय टॅक्सी सुरू व्हायची नाही. इतरांची वाट पाहत थांबणे सरस्वतीबाईंना मान्य नव्हते. त्यांना घरी पोहोचायची घाई झाली होती. केव्हा एकदा घरच्यांना सगळी खरेदी दाखविते, असे त्यांना झाले होते. नातवंडे झोपायच्या आत त्यांना शेवेचे लाडू द्यायचे होते. त्यांच्या चेहऱ्यावर फुललेला आनंद त्यांना डोळे भरून पाहायचा होता.

रस्त्यावरून जाणाऱ्या गाड्यांना सरस्वतीबाई थांबवू लागल्या. कोणीच त्यांच्या विनंतीला मान देऊन थांबेना. आता काय करावे असा विचार करत असताना समोरून एक गाडी येताना दिसली. एक शेवटचा प्रयत्न करावा, असे वाटून त्यांनी गाडीला थांबायचा इशारा केला. अचानक ती गाडी त्यांच्यापाशी येऊन थांबली. त्यांना आश्चर्य वाटले. गाडीतून एक राजबिंडा माणूस खाली उतरला.

सरस्वतीबाई त्याला म्हणाल्या ''माझा गाव इथून खूप दूर आहे. माझी बस चुकली आहे. पॅसेंजर टॅक्सीची वाट पाहायला लागते. तू जर मला माझ्या गावापर्यंत सोडलेस, तर मी तुला तीन आणे देईन. टॅक्सीला दोन आणे लागतात. मी तुला जास्तीचा एक आणा देईन.''

तो राजबिंडा माणूस हसला. सरस्वतीबाईंच्या हातातली पाटी पाहून त्याने गाडीची डिकी उघडली. सरस्वतीबाईंना पाटी उचलायला हातभार लावून त्याने ती पाटी डिकीत ठेवून दिली. गाडी उघडून त्याने सरस्वतीबाईंना आपल्या शेजारी पुढे बसायला सांगितले. सरस्वतीबाई आनंदाने हरखून गेल्या.

गाडी सुरू झाली. तो माणूस सरस्वतीबाईंना म्हणाला, ''नीट ऐसपैस बसा. अंग चोरून बसण्याची गरज नाही. गाडी खूप मोठी आहे.''

सरस्वतीबाई मनातून खुश झाल्या. ''तू माझ्या लेकरासारखा आहेस. नाहीतर कोण एका अनोळखी बाईला एवढी मदत करेल?'' त्या म्हणाल्या.

तो माणूस परत गोड हसला आणि म्हणाला, ''तू पण माझी माय आहेस. म्हणूनच मी गाडी थांबवली.''

त्या माणसाच्या स्नेहाने सरस्वतीबाई आनंदून गेल्या. धावत्या गाडीत गार वारा येत होता. सुंदर संध्याकाळ आणि आजचा घालवलेला चांगला दिवस यामुळे सरस्वतीबाईंचा डोळा कधी लागला कळलेच नाही.

त्यांचा गाव आल्यावर त्या राजबिंड्या माणसाने त्यांना उठविले. ''माय, तुझे गाव आले. उतर आता खाली.'' असे म्हणून त्याने गाडीचा दरवाजा उघडला. डिकी उघडून सरस्वतीबाईंची पाटी काढून दिली.

सरस्वतीबाईंनी आठवणीने आपल्या चंचीतून तीन आणे काढून त्या माणसाच्या हातावर ठेवले. त्यांनी पुन्हा एकदा त्याच्याकडे बघितले. त्याने केलेल्या प्रेमाची परतफेड म्हणून आपल्या पाटीतून शेवेचा एक लाडू काढून

त्याच्या समोर धरला. ''घे रे माझ्या पुता. मी तुला एक आणा जास्त दिला आहे. टॅक्सीला दोनच आणे पडतात.'' हे पुन्हा एकदा त्या माणसाला सांगायला त्या विसरल्या नाहीत.

सरस्वतीबाईंना उतरविण्यासाठी त्या माणसाने गाडी रस्त्याच्या कडेला उभी केली होती. त्यांचे सामान उतरवून देत असताना जवळच उभ्या असलेल्या सरस्वतीबाईंच्या गावातल्या एका माणसाने त्यांना पाहिले. तो आ वासून थोडावेळ दोघांकडे बघत राहिला. सरस्वतीबाईंचे बोलणेही त्याने ऐकले. शेवटी न राहवून तो सरस्वतीबाईंना म्हणाला, ''अग आजे, तू कोणाशी बोलते आहेस याचे तुला भान आहे का?''

सरस्वतीबाईंनी वळून त्याच्याकडे बघितले. त्या म्हणाल्या, ''मला घरी परतण्याची घाई झाली होती म्हणून मी टॅक्सीने न येता याच्याबरोबर आले. हा माझ्या लेकरासारखा आहे. त्याने मला मदत केली. मी त्याला टॅक्सीपेक्षा एक आणा जास्तीचा दिला. तो माझ्याशी प्रेमाने वागला म्हणून मी त्याला शेवेचा लाडूही दिला. यात माझे काय चुकले?''

रस्त्यावरचा माणूस सरस्वतीबाईंना म्हणाला, ''म्हणजे, तुला माहीतच नाही तू कोणाशी बोलत होतीस? तू कोणाबरोबर, कोणाच्या गाडीतून आलीस?''

सरस्वतीबाईंनी प्रश्नार्थक मुद्रेने त्या गावकऱ्याकडे पाहिले. ''अगं, हा साधासुधा माणूस नव्हे. हा तर प्रत्यक्ष आपला 'राजा' आहे. याचे नाव 'शाहू महाराज' आहे.''

एवढे बोलेपर्यंत राजा गाडी घेऊन पुढे निघून गेला होता. सरस्वतीबाईंनी दिलेले तीन आणे आणि शेवेचा लाडू आनंदाने स्वीकारून तो निघून गेला. सरस्वतीबाई तो आपल्या प्रजेचा दयाळू राजा शाहू महाराज होता, हे कळल्यावर मटकन मातीत बसली. आपला एक हात कपाळावर मारून ती म्हणाली, ''अरे देवा! मला मेलीला एवढही उमगलं नाही. काय करू मी माझ्या कर्माला?''

सरस्वतीबाई घरी गेल्या तरी त्यांच्या मनातली रुखरुख जाईना. एका अनोळखी म्हातारीसाठी एक राजा आपलं राजेपण बाजूला ठेऊन काही वेळापुरता का होईना तिचा पूत होतो, तिची पाटी उचलून ठेवतो, तिला माय म्हणतो हे त्यांना खरे वाटेना. राजाच्या विनम्रपणाचे सरस्वतीबाईंना आश्चर्य वाटत राहिले.

ही कथा फार जुनी नाही. कपोलकल्पित तर नाहीच नाही. शाहू महाराजांसारखा

राजा आपल्या प्रजेसाठी काय काय करीत होता याची एक छोटीशी झलक या कथेतून आपल्याला पाहायला मिळते. संस्थाने विलीन झाली, राजेरजवाडे अस्तित्वहीन झाले. त्यांची जागा आता नेत्यांनी आणि पुढाऱ्यांनी घेतली.

आताचे नेते किंवा पुढारी शाहू महाराजासांरखे दातृत्व दाखवतील काय? आपल्या प्रजेसाठी गाडी थांबवून एखाद्या अनोळखी म्हातारीला आपल्या गाडीत घेतील काय? स्वत: राजा असून तिने प्रेमाने दिलेले तीन आणे आणि शेवेचा लाडू प्रसादाप्रमाणे ग्रहण करतील काय? आणि त्या बाईला केवळ माय म्हणून न संबोधता प्रत्यक्षात तिच्याशी तिच्या मुलासारखे वर्तन करतील काय?

जुना जमाना आता राहिलेला नाही, हे जरी खरे असले तरी राहून राहून असे वाटते की, कुठे गेली ती पिढी जे आपल्या धर्मातले संस्कार जपत होती? सध्याच्या नेत्यांमध्ये अधिकाराचा माज आहे; पण आपल्याला मिळालेल्या अधिकाराचा वापर प्रजेच्या सुखासाठी करायचा असतो, हे किती जणांच्या स्मरणात आहे?

●

२६

विषारी वनस्पती

घराघरांतून जशा सासू-सुनांच्या जोड्या असतात तशीच एक सासू सुनेची जोडी होती. दोघी दोन ध्रुवावरल्या. दोघींच्या आवडी-निवडी अगदी भिन्न. एकीला गरम जेवण लागायचे तर दुसरीला अगदी थंड. एकीला गडद रंग आवडायचे, तर दुसरीला फिके. थोडक्यात म्हणजे दोघी भिन्न प्रकृतीच्या आणि त्यामुळे घरात भांडणाला ऊत यायचा.

सकाळी उठल्यापासून दोघींचा विसंवाद सुरू व्हायचा. कुठले काम अगोदर करायचे यावरून वाद व्हायचा. कोणी कुठले काम करायचे यावरुन मतभेद व्हायचे. घरातल्या पुरुषांची अगदी कोंडी होऊन जायची. कोणाची बाजू घ्यावी, हे मुलगा आणि सासरा दोघांनाही कळायचे नाही. घरात सारखी अशांतता असायची. यावर तोडगा काय काढायचा, हे कोणालाच कळेना. वेगळे राहण्याचा पर्याय मुलाला मान्य नव्हता. तो आपल्या आईबाबांचा एकुलता एक मुलगा होता. आईने व बायकोने एकमेकींशी जुळवून घ्यावे, असे त्याला वाटायचे. पण नुसते वाटून काय होणार? दोन्ही पक्ष तुल्यबळ होते. मागे हटायला कोणीच तयार नव्हते. दोघींना वाटायचे आपली बाजू सत्याची आहे. खरे तर त्यात सत्य असत्य काहीच नव्हते. दोघींच्या आवडी निवडी आणि जीवनशैली जुळत नव्हती एवढेच.

सकाळपासून वादावादी करून सूनही कंटाळली होती. एक दिवस तिला एक युक्ती सुचली. तिचे एक काका औषधींवर संशोधन करायचे. त्यांना बऱ्याच

औषधींची उत्तम जाण होती. त्यांच्याजवळ काही रामबाण औषधे होती. सुनेने त्यांना गाठायचे ठरविले.

काकांकडे जाऊन सून म्हणाली, ''माझ्या सासरी मला फार त्रास आहे. मुख्यत्वेकरून सासूचा. ती मला सारखी बोलते. बोलते तेही घालून पाडून. माझ्याशी भांडण उकरून काढायला तिला निमित्तच हवे असते. काका, तुम्ही काही तरी औषधी सांगा; ज्यामुळे हळूहळू माझ्या सासूच्या जिभेची धार कमी होईल.''

काकांनी तिला विचारले, ''मतभेदाखेरीज सासू तुला इतर कुठला त्रास देते काय?''

मुलगी म्हणाली, ''नाही. माझी सासू तशी चांगली आहे. मला खायला प्यायला देते. उष्टे, शिळे खाऊ घालत नाही. इतर बाबतीतही ती माझ्याशी चांगली वागते. घरातले सगळे निर्णय मला विचारून घेते. माझ्या नवऱ्यासाठी मला वेळ देते.''

काका हसले आणि म्हणाले, ''ठीक आहे. हा प्रश्न सोडवायला फार अवघड नाही. माझ्याजवळ एक अशी वनस्पती आहे जी विषारी आहे. मात्र त्यातील विष हळूहळू आपला प्रभाव पाडते. पूर्ण प्रभाव दिसायला बरेच महिने लागतील. एक मात्र नक्की, याचा प्रभाव खात्रीने दिसेल. रोजच्या जेवणात तुझ्या सासूला ही वनस्पती तू थोडी थोडी करून खाऊ घाल. पाच सहा महिन्यांनंतर मला येऊन भेट. माझ्या औषधीचा काय परिणाम झाला ते मला येऊन सांग.''

सुनेला आनंद झाला. हळूहळू विष पसरून सासू गेली तर कोणाच्या काही लक्षात येणार नाही. माझ्यावर तर कोणीच संशय घेणार नाही. काकांनी ही बरी जालीम औषधी दिली. असा विचार करून, औषधी घेऊन सून घरी परतली.

दुसऱ्या दिवशीपासून तिचा वनस्पती प्रयोग सुरू झाला. काकांनी तिला असेही सांगितले होते, की कोणाला संशय येऊ नये म्हणून उद्यापासून तू सासूशी छान वाग. बोलण्यात गोडवा ठेव. तिचा अपमान करू नकोस. सारखे वाद घालू नकोस. सुनेने काकांचे बोलणे आठवून दुसऱ्या दिवशीपासून आपले वागणे बदलले. सासू म्हणेल तसे करायला तिने सुरुवात केली. आपले मत वेगळे असले, तरी ती ते बोलून दाखवेनाशी झाली. सासूच्या सुरात सूर मिसळून राहू लागली.

अचानक सकाळची भांडणे थांबली. भांड्याला भांडे लागणे बंद झाले. सून अगदी आज्ञाधारक बनली. घरातले सगळेच चक्रावून गेले. सासूही विचारात पडली. ''असे काय घडले असेल ज्यामुळे माझी सून एवढी बदलली? आता ही कुठल्याच मुद्द्यावर भांडण करत नाही, की मला कधी चुकीचे ठरवत नाही. मी सांगितलेली कामे जशीच्या तशी करते. तिचे बोलणेही अगदी गोड आणि नम्र झाले आहे. हा एक चमत्कारच आहे.''

सुनेचे वागणे बघून सासूही नमते घ्यायला लागली. तिच्या कलाने वागू लागली. प्रत्येक बाबतीत तिच्याशी कठोरपणे वागणारी सासू अचानक कोमल झाली. सुनेला मनातल्या मनात हसू येत होते. आपली मात्रा अगदी योग्य त्या ठिकाणी चपखल बसली याचा तिला फार आनंद झाला होता. थोडक्यात काय तर, त्या घरात आता सलोखा नांदू लागला. मुलगा आणि सासरे चकित झाले. कोणी आपल्या घरावर जादूची कांडी फिरवली असा विचार करू लागले. कशाने का होईना, सासू-सुना गुण्यागोविंदाने नांदायला लागल्या याचे त्यांना समाधान वाटले.

शेजारी-पाजारी, मित्र, नातेवाईक सगळ्यांनाच दोघींच्या वागण्यातला फरक जाणवू लागला. 'सून असावी तर अशी' असे दाखले दिले जाऊ लागले. 'ही सासू नाही, आई आहे' असेही लोक बोलू लागले. घराघरातली भांडणे सोडविण्यासाठी या सासू-सुनेचे आदर्श एकमेकांना सांगू लागले.

बघता बघता सहा महिने उलटले. काकांकडे परत जाण्याची वेळ आली होती. सूनबाई ठरल्या दिवशी काकांकडे गेली. काकांनी तिला विचारले, ''काय मग, माझ्या वनस्पतीचा प्रभाव दिसायला लागला का? सासूची तब्येत कशी आहे?''

सुनेचा चेहरा पडला. ती काकांना म्हणाली, ''या वनस्पतीचा प्रभाव रोखण्याचे दुसरे काही औषध तुमच्याकडे आहे काय? आता मला फार पश्चात्ताप होतो आहे. मी उगाच माझ्या सासूला विष देत राहिले. ती बिचारी फार चांगली आहे. मला अगदी मुलीसारखी वागविते. सुरुवातीला आमच्यात कुरबुरी होत्या खऱ्या; पण आता आमचे काहीच भांडण राहिलेले नाही. अशी सासू शोधूनही मिळणार नाही. तुमच्याकडे खरोखरच या औषधीचा विषधर्म रोखण्याचा काही उपाय नाही का?''

हे बोलताना सुनेचे डोळे भरून आले होते. काका आश्चर्यचकित होऊन तिच्याकडे पाहत होते. सहा महिन्यांपूर्वी या मुलीला सासू नकोशी झाली होती. ती मरावी म्हणून औषध घेण्यासाठी ही माझ्याकडे आली होती. सहा महिन्यांनंतर हीच मुलगी आता सासू मरू नाही म्हणून माझ्याकडे दुसरे औषध मागत आहे. काका विचार करायला लागले.

आपली पुतणी खऱ्या अर्थाने सर्वस्वी बदलली आहे याची काकांना खात्री पटली. ते पुतणीला जवळ घेत म्हणाले, ''मी तुला विषारी वनस्पती दिलीच नव्हती. तू माझ्याकडे आलीस तेव्हा तुझी मनस्थिती पाहून मी तुला अशी वनस्पती दिली ज्याने तुझ्या सासूची तब्येत सुधारावी. मी कशाला कोणाला विष देऊ? त्या वनस्पतीबरोबर मी तुला चांगले वागण्याचा सल्ला दिला होता. तो तू पाळलास त्यामुळे तुझी सासूही बदलायला लागली. दोघींनी एकमेकींशी जुळवून घेतलेत. त्यामुळे तुमच्या घरात शांती नांदू लागली. तुझ्या हे लक्षातच आले नाही की, या सौख्याची सुरुवात तुझ्यापासूनच झाली.''

सूनबाई काकांचे बोलणे ऐकून खजील झाली मात्र सासूवरचे संकट टळले, या आनंदात माघारी घरी परतली. आपल्याही घरात शांतता नांदते आहे ना, हे तपासून पाहायला हवे. अन्यथा काकांकडून ती विषारी वनस्पती आणायला हवी.

●

२७

मी कसा आहे?

आपल्याच देशातल्या एका सुप्रसिद्ध उद्योगपतीची ही कहाणी आहे. एक दिवस हा उद्योगपती सकाळी तयार होऊन कामाला जाण्यासाठी निघाला होता. तेवढ्यात त्याच्या समोर घरमालक येऊन उभा राहिला. ''आज कसं येणं झालं?'' उद्योगपतीने त्या माणसाला विचारले. कामाच्या नादात तो विसरून गेला होता की, समोर त्याचा घरमालक उभा आहे.

घरमालक विनम्रपणे म्हणाला, ''मी भाडं वसूल करायला आलो आहे. दर महिन्याला तुम्ही पाठवता. यावेळेला कामाच्या गडबडीत राहून गेलेलं दिसतं.'' उद्योगपती वरमला. म्हणाला, ''हे घ्या तुमचं घरभाडं. उशीर झाल्याबद्दल क्षमा करा.'' एवढे बोलून उद्योगपतीने खिशात हात घालून पैसे काढले व घरमालकाला दिले.

घरमालक उद्योगपतीला म्हणाला, ''तुम्ही एवढे मोठे उद्योगपती असून भाड्याच्या घरात राहता याचे मला आश्चर्य वाटते.'' उद्योगपती हसला व म्हणाला, ''मी कोण आहे यापेक्षा मी कसा आहे याला महत्त्व आहे. माझ्या काही तत्त्वांमुळे मी भाड्याच्या घरात राहतो.'' घरमालक काही समजला नाही. तो भाडे घेऊन निघून गेला.

हा प्रसंग त्या उद्योगपतींचा ड्रायव्हर पाहत होता. उद्योगपती गाडीत बसले व आपल्या परदेश प्रवासासाठी तिकीट काढायला एका एअरलाईनच्या ऑफिसात गेले. तिथे बरीच गर्दी होती. उद्योगपती एका सामान्य माणसासारखे रांगेमध्ये

उभे राहिले. तेवढ्यात एअरलाईनच्या काही कर्मचाऱ्यांनी त्यांना पाहिले. ते घाई घाईने पुढे आले आणि म्हणाले, ''सर, तुम्ही रांगेत का उभे आहात? आम्ही तुमचे तिकीट काढून तुम्हाला आणून देतो. तुम्ही समोरच्या सोफ्यावर आरामात बसा. तुम्ही एवढे मोठे उद्योगपती, रांगेत उभे राहून आम्हाला लाजवू नका.''

उद्योगपती म्हणाले, ''आत्ता मी उद्योगपती म्हणून इथे उभा नाही. तुम्ही एवढी धावपळ करण्याची आवश्यकता नाही. उद्योगपती हे माझ्या नावासमोर लावलेले विशेषण आहे. मी कोण आहे यापेक्षा मी कसा आहे हे अधिक महत्त्वाचे आहे.''

एअरलाईनचा स्टाफ हे उत्तर ऐकून चकित झाला. तिकीट काढून उद्योगपती आपल्या ऑफिसकडे निघाले. रस्त्यात त्यांना अनेक माणसे धावतपळत आपापल्या कार्यालयाकडे जाताना दिसली. त्यांना लाज वाटली की, आपण एवढ्या अलिशान गाडीमधून एकटे प्रवास करीत आहोत. सामान्य माणसे मात्र किती कष्टाने ऑफिसला पोहोचतात. त्या दिवसापासून त्यांनी आपल्या गाडीत लोकांना लिफ्ट द्यायला सुरुवात केली. लिफ्ट मिळालेल्या लोकांचा आनंद पाहून उद्योगपतींना समाधान वाटायचे.

ज्या दिवशी उद्योगपती परदेश प्रवासासाठी निघाले, त्या दिवशी आणखीन एक प्रसंग घडला. हवाई सुंदरीच्या हातून त्यांच्या अंगावर चुकून पेय पडले. त्यामुळे ती घाबरली. तिने पाणी व कपडा आणून त्यांचा ड्रेस स्वच्छ केला. ती त्यांना ओळखत असल्याने तिने शतदा त्यांची क्षमा मागितली. तिला भीती वाटत होती की, या चुकीबद्दल तिला शिक्षा घडणार. उद्योगपतींनी तिच्याकडे पाहिले व तिला विचारले, ''तू माझ्या अंगावर काय सांडलेस?''

हवाई सुंदरी भीत भीत म्हणाली, ''माझ्या हातून तुमच्या कपड्यांवर फळांचा रस सांडला. मला क्षमा करा.''

उद्योगपती हसले व म्हणाले, ''पुढच्या वेळेला माझ्या अंगावर व्हिस्की सांड.''

उद्योगपतींचे बोलणे ऐकून हवाई सुंदरी खुद्कन हसली. तिच्या मनावरचा सगळा ताण एका क्षणात उतरला.

असे अनेक प्रसंग उद्योगपतींच्या ड्रायव्हरने पाहिले व ऐकले. त्याची उत्सुकता चाळविली गेली. तो उद्योगपतींना म्हणाला, ''साहेब, तुम्हाला इतके साधे राहणे

व वागणे कसे काय जमते? आम्ही तर अर्ध्या हळकुंडाने पिवळे होतो. तुम्ही एवढे मोठे उद्योगपती असून तुम्ही किती साधे जगता.''

उद्योगपती म्हणाले, ''अरे, मी पण लहान असताना फार उद्दाम होतो. मला सांभाळायला एक गव्हर्नेस होती. एकदा माझ्या मनाविरुद्ध काही घटना घडली तेव्हा मी तिला चक्क लाथ मारली होती. ते पाहून माझे वडील एवढे संतापले होते की, त्यांनी मला बदडून काढले. ते मला म्हणाले होते, ''तू कोण आहेस हे बिलकूल महत्त्वाचे नाही; पण तू कसा आहेस हे फार महत्त्वाचे आहे. आयुष्यभर माझे हे वाक्य स्मरत राहा.''

तेव्हापासून मी वडिलांचे शब्द स्मरत आलो आहे. मला हे पटले आहे की, खरोखरच आपण कोण आहोत हे महत्त्वाचे नसतेच. आपण कसे आहोत यावर आपली किंमत ठरते. जगात जेवढे थोर पुरुष होऊन गेले, सगळे साधे होते.''

या उत्तुंग उद्योगपतीचे नाव रतन टाटा होते. खरंच, जगात जेवढी उत्तुंग माणसे होऊन गेली ती सगळी बोलायला, वागायला अत्यंत साधी कुठलीही गुंतागुंत नसलेली अशी असतात. खरेतर साधे राहणे, हेच कठीण असते. अशा व्यक्तींच्या जीवनाचे आपण अनुकरण करायला हवे.

●

२८

संस्मरणीय

महिलांच्या एका प्रथितयश संस्थेने एका मोठ्या यशस्वी उद्योजकाला आपल्या संस्थेमध्ये बोलविण्याचे ठरविले. हेतू हा होता की, त्याच्या कथेने प्रेरित होऊन संस्थेमधल्या स्त्रियांनीही उद्योजक बनावे.

हा यशस्वी उद्योजक एका अशा कंपनीचा मालक होता जी कंपनी आईस्क्रिम बनवण्यासाठी प्रसिद्ध होती. बाजारात त्यांचे उत्पादन अव्वल दर्जाचे होते. आईस्क्रिमचे अनेक स्वाद त्यांच्याकडे उपलब्ध होते. त्यातले त्यात त्यांचे आंब्याचे आईस्क्रिम देशातच नव्हे, तर परदेशातही लोकप्रिय झाले होते. इतर अनेक कंपन्या आपले आईस्क्रिम घेऊन बाजारात उतरल्या. मात्र या कंपनीशी कोणीच बरोबरी करू शकले नाही. सर्वांना कुतूहल होते की, या आईस्क्रिम कंपनीमध्ये असे काय विशेष आहे, ज्यामुळे इतरांचा त्यांच्यासमोर टिकाव लागू शकत नाही. त्यांच्याशी कोणी दीर्घकाळ स्पर्धा करू शकत नाही.

या उद्योजकाचे रहस्य जाणून घेण्याची उत्सुकता या महिलांच्या संस्थेलाही होती. शिष्टाचारानुसार त्या उद्योजकाला निमंत्रण दिले गेले. त्यानेही ते नम्रपणे स्वीकारले.

तो उद्योजक महिलांच्या संस्थेमध्ये आला. त्याचा यथोचित सत्कार झाल्यानंतर महिलांनी त्याला त्याच्या यशाचे रहस्य विचारले. उद्योजक बोलायला उभा राहिला. ''लहानपणापासून मला उत्कृष्टतेचा ध्यास आहे. माझी आई मला सांगायची, जे करशील ते उत्तमच हवे. तू घराला झाडू मार; पण ते कामही इतरांपेक्षा सरस हवे. मी जेव्हा शाळेत होतो, तेव्हाही मला प्रत्येक

विषयात उत्कृष्ट काम केल्याबद्दल बक्षिसे मिळायची. शिवण असो, गाणे असो, चित्रकला असो नाहीतर कुठलाही खेळ असो, मी प्रत्येक विषय मनापासून शिकायचो. माझे स्वत:चे कसब माझ्या प्रत्येक कामात दाखवायचो. असे करता करता मी पदवीधर होऊन बाहेर पडलो. आईस्क्रिमचा धंदा सुरू केला. सुरुवातीला धंदा छोटा होता. बाजारात माझे नाव नव्हते. हळूहळू मी धंद्यात जम बसविला. जम बसण्याचे खरे कारण होते माझ्या आईस्क्रिमचा दर्जा. धंदा सुरू करताना आमच्या आईस्क्रिमचा जो दर्जा होता, तो आजवर कायम आहे. हा दर्जा एवढ्या वर्षात वाढतच गेला. कधी कमी झाला नाही. आजवर कुठल्याही ग्राहकाची आईस्क्रिमच्या दर्जाविषयी तक्रार आलेली नाही.''

त्याचे भाषण ऐकणाऱ्या स्त्रिया मंत्रमुग्ध होऊन त्याचा प्रत्येक शब्द ऐकत होत्या. एकीने उठून त्याला विचारले, ''आपल्या उत्पादनाची ही उत्कृष्ट क्वालिटी आपण कशी सांभाळलीत?''

उद्योजक म्हणाला, ''उत्तर अगदी सोपे आहे. आंबा आईस्क्रिम बनवायला काय काय लागते? आंबा, दूध, साखर, थोडासा बर्फ, बास. माझ्या स्वत:च्या आंब्याच्या बागा आहेत. त्यातून मी आंबे काढतो. अगदी उत्कृष्ट आंबेच निवडून घेतो. त्यांचा रंग, सुवास सगळे मी स्वत: तपासून घेतो. एखादा आंबा जरा जरी गुणात्मकदृष्ट्या कमी असला, तरी तो मी घेत नाही. सुरुवातीपासून मी हेच करायचो. फक्त त्यावेळी मी दुसऱ्यांच्या बागेतील आंबे निवडायचो.

दुधाचेही असेच. सध्या माझे गोठे आहेत. मी गाईंना उत्तम खाद्य देण्यापासून त्यांची उत्तम बडदास्त ठेवतो. त्यांच्यावर स्वत: लक्ष ठेवतो. दुधामध्ये पाणी मिसळू देत नाही. जसे दुधाचे तसेच साखरेचे. या पदार्थांची निवड करताना मी कुठलीच तडजोड करत नाही. पर्यायाने उत्तम आईस्क्रिम तयार होते. जसे आंब्याचे तसेच इतर स्वादांचे.

हे आईस्क्रिम तयार झाल्यावर अतिशय आकर्षक अशा डब्यांमधून त्याचे पॅकिंग होते. आईस्क्रिम खाण्याच्या अगोदर ते खावेसे वाटले पाहिजे. त्यासाठी ते उत्तम तऱ्हेने सादर झाले पाहिजे. या सगळ्याचे व्यवस्थापन माझ्या मनासारखे होते आहे, याची मी खात्री करून घेतो. त्यामुळे माझ्या आईस्क्रिममध्ये कोणी दोष काढू शकत नाही. माझ्याशी कोणी स्पर्धाही करू शकत नाही. माझ्याएवढे कष्ट करण्याची दुसऱ्यांची तयारीच नसते. तुम्हाला जे आईस्क्रिम अमृततुल्य

वाटते, ते बनविण्यासाठी मला रोज एवढा खटाटोप करावा लागतो.''

उद्योजकाने सर्व श्रोत्यांकडे विजयी मुद्रेने पाहिले. ज्या महिलांच्या संस्थेत तो आला होता त्या संस्थेमध्ये रंजलेल्या गांजलेल्या महिला आश्रय घ्यायच्या. बहुतेकींचे आयुष्य खडतर आणि दुःखी होते. तरीही त्यातल्या काही महिलांनी मिळालेल्या संधीचे सोने करून आयुष्यात बरेच काही मिळवून दाखविले होते.

त्या संस्थेच्या अध्यक्षा उठून म्हणाल्या, ''तुमचे काम निश्चितच प्रशंसनीय आहे. तुम्ही सगळ्या उत्तम जिन्नस मिळवून उत्पादन करता. आमचे तसे नाही. आमच्याकडे येणारे आंबे सरसकट उत्तम नसतात. काही वादळाने झोडपलेले, काही दगडांनी ठेचलेले असतात. काही तर कच्च्या कैऱ्याही असतात. प्रत्येक आंबा दर्जेदार नसतो; परंतु आम्ही प्रत्येक फळ जसे आहे तसे स्वीकारतो. आम्हाला त्यातून निवडण्याचा अधिकार नाही आणि तसे करणे योग्यही नाही. तरी देखील आम्ही घडवलेले सर्व नमुने समाज-संमत असतात, निदान आम्ही तसा प्रयत्न तरी करतो. यावर आपले काय म्हणणे आहे?''

महिलाश्रमाच्या अध्यक्षांचे ते बोलणे ऐकून सारी सभा स्तब्ध झाली. ते उद्योजक स्वतः अवाक् झाले. थोडा वेळ सभेत पूर्ण शांतता पसरली. अध्यक्षांचे प्रतिकात्मक बोलणे सर्वांनाच समजले होते. त्या संस्थेची उत्कृष्टतेची धडपड यशस्वी उद्योजकाच्या लक्षात आली होती. अचानक त्याला असे वाटू लागले की या महिलांच्या संस्थेच्या कार्यापुढे आपले काम फारच थिटे आहे. तो मनोमन वरमला.

काही क्षणांनंतर संस्थेच्या अध्यक्षा पुन्हा उठल्या आणि म्हणाल्या, ''माझ्या बोलण्याचा गैर अर्थ काढू नका. मला आपल्या कामात खोट काढायची नव्हती. मला एवढेच सांगायचे होते की, आपल्याकडून आम्हीही प्रेरणा घेतली आहे; परंतु आमच्या काही मर्यादा आहेत. त्यातून आम्हाला जे काही करता येईल, ते उत्कृष्ट करायचा आम्हालाही ध्यास आहे.''

टाळ्यांच्या गजरात सभा संपली. यशस्वी उद्योजक एक नवा धडा शिकून पुन्हा आपल्या कामाकडे वळला. आयुष्यभर ही सभा त्याच्या स्मरणात राहिली.

●

२९

लंच बॉक्स

इंग्लंडहून सायप्रसकडे एक विमान निघाले होते. त्यात प्रवास करणाऱ्या एका मुसाफिराने लिहिलेली ही गोष्ट आहे. त्याला जी सीट मिळाली होती त्याच्या आसपास अचानक मिलिटरीचे दहा नौजवान येऊन बसले. अगदी तरणीबांड मुले होती ती. सायप्रसला कसलेसे प्रशिक्षण घेण्यासाठी ही मुले निघाली होती.

मुसाफिराने आपल्या शेजारच्या मुलाला विचारले, ''नवीनच भरती झाल्यासारखे वाटताय. सायप्रसला प्रशिक्षणासाठी निघालात वाटतं?''

मुलाने होकारार्थी मान हलविली. थोड्याच वेळात विमानाने उड्डाण केले. हवाई सुंदरी जेवणाचे विचारायला आली. त्या विमानात जेवणाची मोफत सेवा नव्हती. काही घ्यायचे असले तरी विकत घ्यावे लागणार होते. मुलांना भूक लागली होती. एकाने दुसऱ्याला विचारले, ''सॅन्डविच घ्यायचे का?''

दुसरा म्हणाला, ''अरे, एका सॅन्डविचची किंमत पाच पौंड आहे. आपल्याला परवडणार नाही. थोडा धीर धर. एकदा ॲकॅडमीत पोहोचलो की, मेसमध्ये जेवता येईल.'' विचारणाऱ्या मुलाला ते पटले. सगळी मुले शांत बसली. मुसाफिराने त्यांचे बोलणे ऐकले होते. त्याला काय वाटले कोण जाणे! तो सरळ उठून हवाई सुंदरीकडे गेला. तिच्या हातात पन्नास पौंड ठेवून तो म्हणाला, ''या दहा मुलांना नाश्ता द्या.''

हवाई सुंदरी त्याच्या दातृत्वाने भारावून गेली. तिने सगळ्या मुलांना जेवण दिले. नंतर ती मुसाफिराजवळ आली आणि म्हणाली, ''तुम्ही काय खाणार? चिकन की मटन?''

मुसाफिर आश्चर्याने तिच्याकडे पाहू लागला. तो म्हणाला, ''मी चिकन खातो; पण तुम्ही का विचारत आहात?''

हवाई सुंदरी काही न बोलता निघून गेली. काही क्षणात फर्स्टक्लासमधून तिथले जेवण घेऊन आली. तिने विनम्रपणे ते जेवण मुसाफिराला दिले. आणि ती निघून गेली. आता भारावून जायची पाळी मुसाफिराची होती.

काही वेळाने मुसाफिर पाय मोकळे करायला विमानाच्या मागच्या बाजूला गेला. तिथे बसलेला एक प्रवासी त्याला थांबवून म्हणाला, ''तुम्ही काय केलेत ते मी पाहिले. मीसुद्धा तुमच्याबरोबर या उदात्त कार्यात सहभागी होऊ इच्छितो.'' एवढे बोलून त्याने मुसाफिराच्या खिशात पंचवीस पौंड घातले. मुसाफिर थक्क झाला.

प्रवास लांबचा होता त्यामुळे विमानात बराच वेळ घालवायचा होता. हा प्रसंग घडल्यानंतर काही वेळाने विमानातील एक अठरा-एकोणीस वर्षांचा मुलगा मुसाफिराजवळ आला आणि म्हणाला, ''मला तुमच्याशी हस्तांदोलन करायचे आहे.'' मुसाफिराने आपला हात त्याच्या हातात दिला. आपल्या सीटवर परत जाताना मुलाने पंचवीस पौंडाची रक्कम मुसाफिराच्या खिशात घातली.

त्यानंतर विमानाचा कॅप्टन मुसाफिराजवळ आला आणि म्हणाला, ''मी देखील अगोदर फायटर पायलट होतो. कधीकाळी मलाही असाच कोणीतरी लंच बॉक्स दिला होता. मिलिटरीची कदर करणारी माणसे फार थोडी असतात. मला या मुलांच्या वतीने तुमचे आभार मानायचे आहेत.'' एवढे बोलून, मुसाफिराशी हस्तांदोलन करून कॅप्टन आपल्या जागी गेला.

विमान सायप्रसला उतरले. जिन्यावरून खाली उतरताना आणखीन एक प्रवासी झटकन पुढे आला आणि मुसाफिराला थांबवून म्हणाला, ''तुम्ही जे केलंत त्याला तोड नाही. देशभक्तीचा एक अपूर्व नमुना तुमच्या रुपात मला पाहायला मिळाला. माझ्याकडून हे पंचवीस पौंड तुम्हाला.'' त्यानेही पंचवीस पौंड मुसाफिराच्या खिशात कोंबले.

मुसाफिर शिडी उतरून खाली आला. त्याच्या खिशात आता पंच्याहत्तर पौंड जमा झाले होते. त्याच्या समोरून मिलिटरीवाली मुले चालली होती. त्यांना थांबवून मुसाफिराने त्याच्याजवळ जमा झालेले पंच्याहत्तर पौंड त्या मुलांच्या स्वाधीन केले. ''तुम्हाला उपयोगी पडतील. अजून प्रशिक्षण संपायला काही दिवस

आहेत. तुम्ही देशाची सेवा करण्यासाठी या सेवेत आलेले आहात. आम्हाला सुरक्षित ठेवण्यासाठी तुम्ही तुमचे तारुण्य, तुमची स्वप्ने, तुमच्या महत्त्वाकांक्षा देशावरून ओवाळून टाकलेल्या आहात. आम्हाला तुमचा अभिमान वाटतो.''

मिलिटरीची मुले या प्रकाराने हळवी झाली. देशासाठी आपण आपले जीवन अर्पण केले आहे, याची दखल सामान्य माणसे घेतात आणि त्याची पावतीही देतात यावर त्यांचा विश्वास बसेना. त्यातील प्रत्येकाला आपल्या घरातल्यांची आठवण आली. घराबाहेर सुद्धा आपली काळजी घेणारी माणसे आहेत, हे बघून त्यांना समाधान वाटले.

आपल्या देशात अशी घटना घडली असती का? खरंच, देशासाठी प्राण देणाऱ्या आपल्या सैनिकांची आपण कदर करतो का? जास्ती वेळा आपण त्यांची उपेक्षा करतो. ते आपल्यातले नाहीतच, असे समजून आपण त्यांच्याशी वागतो. त्यांचा सन्मान आपण मरणानंतरही राखत नाही हेच सत्य आहे; परंतु देशावर काही संकट आले की, आपल्याला त्यांची आठवण येते. प्रलय असो, दंगेधोपे असोत, कायदा व सुव्यवस्था बिघडलेली असो किंवा देशावर प्रत्यक्ष परकियांचे आक्रमण झालेले असो, आपल्याला अपेक्षा असते की आपल्या सैन्याने या अडचणींतून आपल्याला बाहेर काढावे. आपले रक्षण करावे.

ज्यावेळेला आपण त्यांच्याकडून सेवेची अपेक्षा करतो त्यावेळेला आपलीही त्यांच्या प्रती काही कर्तव्ये आहेत याची आपल्याला जाणीव का बरे नसावी? आपल्या मुलांसारखीच ही सुद्धा कोणाची तरी मुले असतात. आपल्या खातर ते अत्यंत कठीण परिस्थितीत राहून आपले रक्षण करतात. कित्येकदा आपल्याला वाचविण्यासाठी स्वत:चे प्राणही देतात. तरीही आपण त्यांच्या बाबतीत संवेदनशील नसतो, हे वास्तव आहे. एवढा एक 'लंच बॉक्स' आपणही सगळे त्यांच्यासाठी देऊ शकतो ना?

●

३०

मानवंदना

एका जोडप्याची ही गोष्ट आहे. ज्या दिवशी त्यांचे लग्न होते त्या रात्री पती पत्नी दोघेही असे ठरवतात की, दुसऱ्या दिवशी सकाळी कोणीही दरवाजा वाजवला, तरी आपण दार उघडायचे नाही. आपण जेव्हा तयार होऊन बाहेर पडू तेव्हाच आपल्या खोलीचा दरवाजा उघडला जाईल. दोघेही एकमेकांना आश्वासन देतात की, ही अट ते दोघेही कसोशीने पाळतील.

लग्नाची रात्र सरते. सकाळी मुलाचे आईवडील या जोडप्याच्या खोलीवर जातात. दरवाजा ठोठवतात. पती-पत्नी दोघेही एकमेकांकडे पाहतात. त्यांना आपल्या निर्णयाचे स्मरण होते. थोड्या वेळाने आई-वडील निघून जातात.

काही वेळानंतर मुलीचे आईवडील येतात. त्यांना जेव्हा कळते की, पती-पत्नी त्यांच्या खोलीबाहेर आलेले नाहीत, तेव्हा ते त्यांच्या खोलीचा दरवाजा ठोठावू लागतात. मुलीची आई तिच्या माहेरच्या लाडाच्या नावाने तिला हाका मारू लागते व 'दार उघड' अशी विनवणी करू लागते.

मुलीचा निर्णय डगमगू लागतो. नवरा मात्र शांतपणे तिची तगमग पाहत बसलेला असतो. काही क्षण ती मुलगी स्वत:ला सावरते. पण नंतर तिच्या संयमाचा बांध फुटतो. ती आपल्या पतीला जाऊन म्हणते, ''माझे आईवडील आहेत हो! त्यांनी हाका मारल्यावर उत्तरच द्यायचे नाही, खोलीचा दरवाजाही उघडायचा नाही हे मला जमणार नाही. अखेर त्यांनी किती लाडाकोडात मला वाढवले आहे, माझ्यासाठी केवढा त्याग केला आहे! आपले लग्न करून

देतानाही, त्यांची ऐपत नसतानाही त्यांना माझी सर्व हौसमौज पुरविली आहे. त्यांनाच दार नाही उघडायचे ते कसे?''

पतीला त्या मुलीची तळमळ कळते व तो म्हणतो, ''जाऊ दे, आपण घेतलेला निर्णय मोडू या. तुझे आईबाबा आहेत ना? जा जाऊन दार उघड आणि भेट त्यांना.'' मुलगी दार उघडते आणि ती आईबाबांना भेटते.

काही वर्षे जातात. या दांपत्याला दोन मुलगे होतात. दोन मुलांच्या पाठीवर एक मुलगीही होते. आपल्याला मुलगी झाली आहे हे समजताच त्या मुलीचा पती तिच्या जन्माचा उत्सव साजरा करण्यासाठी एक शानदार समारंभ आयोजित करतो. पत्नीला आणि समारंभासाठी आलेल्या पाहुण्यांना आश्चर्य वाटते. अनेकजण विचारतात, ''तुला पहिले दोन मुलगे झाले तरी तू एवढा मोठा उत्सव साजरा नाही केलास. मग मुलगी झाल्यावर असे करण्याचे प्रयोजन काय?'' मुलगा हसतो.

त्याला त्याच्या लग्नाच्या रात्रीची गोष्ट आठवते. तो सर्वांना उद्देशून सांगतो, ''माझ्या मुलीचे स्थान माझ्या आयुष्यात फार वरचे आहे. कारण मला माहीत आहे जेव्हा मी म्हातारा होईन, एकटाच असेन, त्या वेळेला मी दार ठोठावले तर माझी मुलगीच मला दार उघडेल. मुली आपल्या आईवडिलांना जीव तर लावतातच पण त्यांच्या कठीण प्रसंगी त्यांच्या पाठीशी खंबीरपणे उभ्या राहतात. सासरच्या सर्व मर्यादा सांभाळून माहेरही जोडून ठेवतात. अशा या मुली जन्मल्या, तर त्यांना 'मानवंदना' नको का द्यायला?''

●

३१

मोकळा डबा

एक गरीब आई तिच्या छोट्या मुलीसह राहत असते. नाताळचा सण येतो. घरोघरी नाताळची तयारी सुरू होते. नाताळाच्या सणामध्ये लोक एकमेकांना भेटवस्तू देतात. मुलीला वाटते आपणही आपल्या आईला काहीतरी भेटवस्तू द्यावी. ती एक छोटासा पुठ्ठयाचा डबा बनवते आणि त्यावर वेष्टन म्हणून आईने नाताळसाठी आणलेला सोनेरी कागद कापून लावते.

आईला कळते की, तिने आणलेला कागद मुलीने कापून घेतला आहे. तिला फार राग येतो. ती मुलीला विचारते, ''मी नाताळसाठी आणलेला कागद मला न विचारताच तू का कापलास?''

मुलगी भाबडेपणाने म्हणते, ''भेटवस्तूवर वेष्टन चढविण्यासाठी मी थोडासा कागद घेतला.''

''अगं, नाताळच्या झाडाखाली ठेवण्यासाठी तू माझा एवढा मौल्यवान कागद फाडलास. तुला माहीत आहे ना या गोष्टी आपल्याला परवडत नाहीत. का बरे वागलीस तू अशी?'' आई पुन्हा तिला रागे भरत म्हणाली. मुलगी हिरमुसली, पण काहीच बोलली नाही.

दुसऱ्या दिवशी नाताळचा सण आला. आंघोळ करून मुलगी तयार झाली आणि तिने आईच्या हातात सोनेरी कागदाने मढविलेला तो बॉक्स आणून दिला. आईला अभिवादन करून ती म्हणाली, ''आई, ही तुला माझ्यातर्फे नाताळची भेटवस्तू.''

आईने पाहिले, मुलीने सोनेरी कागदाचा खूप सुंदर उपयोग केला होता. शिवाय तिच्यासाठी भेटवस्तू बनविण्यासाठी तो कागद वापरला होता. आई मनातून वरमली; पण बोलली काहीच नाही. तिने तो डबा उघडून बघितला, तर आत काहीच नव्हते. आई पुन्हा रागावली आणि म्हणाली, ''असा मोकळा डबा कोणाला द्यायचा नसतो एवढेही मी तुला शिकविले नाही का? असा मोकळा डबा देणे वाईट समजले जाते. त्यात काहीतरी छोट्यातली छोटी वस्तू तरी ठेवायलाच हवी.''

आईला रागावलेले पाहून मुलगी प्रेमाने तिच्या जवळ गेली, तिच्या कमरेभोवती आपले चिमुकले हात गुंडाळून ती आईला म्हणाली, ''असं कसं म्हणतेस गं आई, मी तुला काहीच दिले नाही? या डब्यामध्ये रात्रीच मी तुझ्यासाठी खूप सारे गोड पापे भरले आणि देवाजवळची प्रार्थनाही भरली. मी देवाला म्हटले की, माझ्या आईला सुखी ठेव. तुला नाही का मिळाले, माझे गोड पापे आणि माझी प्रार्थना त्या डब्यात?''

मुलीचे बोलणे ऐकून आईचे डोळे भरून आले. तिने मुलीला छातीशी घट्ट कवटाळले व ती आपल्या बोलण्याचा पश्चात्ताप करू लागली.

योगायोगाने या नाताळनंतर काही दिवसातच त्या मुलीचे अपघाती निधन झाले. आता आई या जगात एकटीच उरली. तिला जेव्हा जेव्हा एकटे वाटायचे, उदास वाटायचे त्या त्या वेळेला मुलीने दिलेला तो डबा ती उघडायची. तिला खरोखरच मुलीची प्रार्थना त्या डब्यातून ऐकू यायची, तिचे पापे मिळायचे. मुलीचे निर्व्याज, निरागस प्रेम तिच्यापर्यंत पोहोचायचे आणि तिला जगण्याची उमेद मिळायची.

आपलेही आयुष्य असेच असते ना? आपल्याला मिळालेले मोकळे डबे आपण अशाच श्रीमंत क्षणांनी भरून घ्यायचे असतात. ते क्षण जपायचे असतात, त्या मागची भावना जपायची असते. जेव्हा केव्हा आपण एकटे उदास असतो, त्या वेळेला मोकळ्या डब्याचे झाकण उघडायचे आणि त्यातून मिळणाऱ्या उर्जेने आपले जीवन उजळून टाकायचे. हाच जीवनाचा खरा अर्थ आहे.

●

३२

सैनिकहो, तुमच्यासाठी...

शाळेमध्ये 'फादर्स डे' साजरा होणार असतो. सगळी मुले व मुली खूप आनंदात आणि उत्साहात असतात. आई तर नेहमीच शाळेत येत असते. बाबा येणार म्हणजे पर्वणी असते.

कोणी आपल्या बाबांना कुठले कपडे घालायचे ते सांगत असते, तर कोणी त्यांच्या बरोबर गाडीतून जायला मिळणार म्हणून आनंदाने मोहरलेले असते. रियाची आई रियाला रात्री समजावत असते की, आपण शाळेत नको जायला. रियाचा मात्र हट्ट असतो की, शाळेत जायचेच आणि भाषणही करायचे.

रिया व तिची आई दोघीजणी शाळेत जातात. सर्व मुलामुलींचे बाबा आलेले असतात. रियाचे वडील तिच्याबरोबर नसल्याने सगळे तिच्याकडे पाहू लागतात. कोणीतरी मागून म्हणते, ''साल्याला आजही मुलीसाठी वेळ काढता आला नाही. कधी सुधारणार हे बाबा लोक?''

इतरही अनेकजण रियाला तिच्या बाबांबद्दल विचारत राहतात. रिया शांत बसून असते. तिचे नाव पुकारल्यावर ती स्टेजवर जाते. आईच्या हृदयात धडधडत असते. रिया बोलायला लागते, ''माझे बाबा मला फार कमी भेटतात. बऱ्याचदा ते आमच्याजवळ नसतातच. ते आम्हाला फारसा फोन करत नाहीत. त्यांचे पत्रही क्वचितच येते. तरीही माझे बाबा माझे सर्वस्व आहेत. नुकतीच सुट्टी संपवून बाबा परत गेले. सुट्टीत सगळा वेळ त्यांनी मला व आईला दिला. आम्ही खूप मजा केली. सकाळपासून रात्रीपर्यंत आम्ही सर्व कामे एकत्र केली.

खूप हसलो, खूप खेळलो. मग एक दिवस बाबांची सुट्टी संपली. बाबा परत गेले आणि थोड्याच दिवसात शत्रूच्या गनिमी काव्याला बळी पडून ते आम्हाला सोडून गेले. शेवटच्या श्वासापर्यंत ते लढत राहिले. त्यांच्यामुळे त्यांच्या अनेक सहकाऱ्यांचे प्राण वाचले. आता बाबा अशा ठिकाणी गेले आहेत की, तेथून ते परत येऊ शकणार नाहीत.''

एवढे बोलून रियाने डोळे मिटले आणि ती म्हणाली, ''माझ्या बाबांना मिटल्या मी डोळ्यांनी पाहू शकते, अनुभवू शकते.'' तिच्याबरोबर नकळत समोर सभागृहात बसलेल्या सगळ्यांनी आपले डोळे मिटले. प्रत्येकजण त्या मिटल्या डोळयांत रियाच्या बाबांची कल्पना करू लागला. रिया म्हणाली, ''मला जाणवते आहे की, माझे बाबा एका गुलाबाच्या रूपात माझ्याजवळ येणार आहेत.''

एवढे बोलून तिने डोळे उघडले. तिच्या शेजारी तिच्या शाळेच्या मुख्याध्यापिका हातात गुलाबाचे फूल घेऊन उभ्या होत्या. रियाचा तिच्या डोळ्यांवर विश्वास बसेना. सभागृहातील सर्वजण ते दृश्य पाहून स्तंभित झाले. सभागृहात पूर्ण शांतता पसरली. रियाने त्या फुलाकडे डोळे भरून पाहिले आणि ती म्हणाली, ''आज 'फादर्स डे' आहे. माझे बाबा माझ्याजवळ आहेत. हो, ते भारतीय आर्मीमध्ये होते. लढता, लढता शहीद झाले; परंतु माझ्यासाठी ते अजूनही माझ्याजवळच आहेत. मला प्रेरणा देत आहेत. मी अनाथ आहे असे समजून माझी कोणी कीव करू नका. मला अभिमान आहे की, अशा बाबांची मी मुलगी आहे.

अचानक सभागृहात टाळ्यांचा गजर होऊ लागला. रियाच्या आईचे डोळे अखंड वाहत होते. जमलेल्या सर्व बाबांना रियाचा आणि तिच्या बाबांचा सार्थ अभिमान वाटला. रियाने 'फादर्स डे' असा साजरा केला.

●

३३

चांगल्या कामाची पोच

व्हिएतनाम युद्धातली ही कथा आहे. चार्ल्स प्लंब नावाचा नेव्हीचा एक पायलट होता. युद्धात त्याने पंच्याहत्तर ऑपरेशन्स केली; परंतु शेवटच्या वेळी शत्रूच्या तोफेने त्याचे विमान पाडले. पॅराशूटच्या सहाय्याने तो विमानातून बाहेर पडला. दुर्दैवाने शत्रूच्या हद्दीत पडला. त्याला पकडून तुरुंगात डांबून ठेवण्यात आले. सहा वर्षांनंतर खूप हालअपेष्टा सोसून तो सुटला. त्यानंतर तो युद्धाच्या कथा सांगत फिरायचा.

एक दिवस प्लंब आणि त्याची पत्नी एका हॉटेलमध्ये जेवत असताना एक माणूस त्यांच्याजवळ आला आणि त्याने विचारले, ''तुम्ही व्हिएतनाम युद्धात फायटर पायलट होतात ना?''

प्लंबला आश्चर्य वाटले. तो माणूस म्हणाला, ''मीच तुमचे पॅराशूट किटीहॉक नावाच्या एअरक्राफ्ट कॅरीअरमध्ये बसवले होते.''

प्लंब म्हणाला, ''ते पॅराशूट नसते, तर आज मी जिवंत नसतो.''

रात्रभर प्लंब त्या माणसाला आठवायचा प्रयत्न करत होता. पहाटे त्याला आठवले की, तो माणूस नेव्हीमध्येच साधा सेलर होता. त्याने मनापासून बांधलेले पॅरॅशूट प्लंबला जीवदान देऊन गेले होते. प्लंबला स्वत:ची शरम वाटली. आपण त्या माणसाला कनिष्ठ समजत होतो. आपण त्याला कधी 'हॅलो' म्हटले नाही किंवा त्याच्या अस्तित्वाची दखलही घेतली नाही. वास्तविक ज्या माणसाने हे भक्कम पॅराशूट बांधले, त्याचा मी आजन्म ऋणी राहायला हवे.

पुढच्या वेळच्या भाषणात प्लंबने या प्रसंगाचा आणि त्या माणसाचा उल्लेख केला. त्याने आपल्या श्रोत्यांना विचारले, ''तुमचे पॅराशूट कोणी बांधले व तुमच्यासाठी सज्ज ठेवले, याचा विचार तुमच्यापैकी किती जणांनी केला आहे? आपल्या आयुष्यात सतत असे युद्धाचे प्रसंग येत असतात. आपल्याला वेगवेगळ्या सुरक्षा कवचांची गरज भासत असते. कधी शारीरिक तर कधी मानसिक, कधी भावनिक तर कधी आध्यात्मिक. प्रत्येक प्रसंगात कोणीतरी आपल्यासाठी एक सुरक्षा कवच सिद्ध करून ठेवतो. आपण त्याची मदत घेऊन आल्या प्रसंगातून सुखरूप बाहेर पडतो. मात्र ज्या व्यक्तीने आपल्यासाठी हे कवच सज्ज केले, त्याला मात्र आपण विसरून जातो. कदाचित आपल्या दृष्टीने तो माणूस नगण्य असतो. आपण त्याची मदत घेतो, मात्र त्याची दखल घ्यायचे टाळतो. माझ्यासारख्या माणसाला जेव्हा सुरक्षा कवच देणारा प्रत्यक्ष भेटतो तेव्हा आपल्याला जाणीव होते की केवढ्या मोठ्या संकटातून या माणसाने आपल्याला तारले.''

मी मुद्दाम तुम्हाला ही गोष्ट सांगितली कारण तुम्हीही अशा मित्रांचा शोध घ्या ज्यांनी तुम्हाला वेळोवेळी तारले आहे. फॉरवर्ड म्हणून आलेल्या संदेशांकडे आपण दुर्लक्ष करतो; परंतु कोणीतरी आपली आठवण काढते म्हणून असा संदेश पाठविते. त्या भावनेला महत्त्व आहे. प्रत्येकाला स्वत:चा संदेश लिहिता येत नाही. परंतु दुसऱ्यांचा संदेश पुढे पाठविताना त्या माणसाच्या मनात तुमचीच आठवण असते, हे आपण विसरून चालणार नाही.

जमेल तेव्हा अशा मित्रांना, अगदी कनिष्ठांनासुद्धा त्यांनी केलेल्या चांगल्या कामाची पावती द्यायला विसरू नका.

●

३४

निर्धार

एक हरिणी असते. ती गर्भारशी असते. बाळंत व्हायची घटिका जवळ यायला लागते, तशी ती हरिणी जंगलामध्ये पाडसाला जन्म देण्यासाठी सुरक्षित जागा शोधू लागते. जंगलात फिरता फिरता अचानक जंगलात वणवा पेटतो आणि जंगल सगळ्या बाजूंनी आगीने वेढले जाते. हरिणी जंगलाबाहेर येते. समोर नदी असते. नदीच्या समोरच्या रेताळ प्रदेशात हरिणी उभी राहते व विचार करू लागते, इथे सुरक्षित जागा कुठली शोधावी?

डाव्या बाजूला बघते, तर एक शिकारी तिच्यावर बाण रोखून तिची हत्या करण्यासाठी सज्ज झालेला असतो. उजवीकडे बघते तर एक हिंस्र सिंह तिच्यावर झडप टाकायला टपलेला असतो. तिला कळत नाही की तिने कुठे आसरा घ्यावा!

तिच्या कळा वाढू लागतात. ती ठरवते की, आता आपण फक्त आपल्या बाळाचाच विचार करायचा. ''माझे काय व्हायचे ते होईल. मी अगोदर माझ्या बाळाला जन्म देते.'' तिचा हा विचार दृढ होईपर्यंत जोरात वादळ येते आणि रेती उडू लागते. ती रेती शिकाऱ्याच्या डोळ्यांत जाते. त्यामुळे त्याच्या बाणाचा नेम चुकतो. हरिणीऐवजी तो बाण सिंहाला लागतो. एवढ्यात वादळा पाठोपाठ मोठा पाऊस येतो आणि जंगलातली आग विझून जाते. तोपर्यंत हरिणी आपल्या पाडसाला सुखरूप जन्म देते.

या गोष्टीचा शेवट ऐकण्यापूर्वी असा प्रश्न विचारला जातो, की सगळ्या

बाजूंनी संकटांनी घेरलेली हरिणी आता करेल तरी काय? ज्या श्रोतृवर्गाला हा प्रश्न विचारला जातो ते नानाविध कयास लावू लागतात. प्रत्यक्षात निराळेच घडते. या गोष्टीवरून मला एक अर्थबोध झाला.

स्त्री जेव्हा संकटांनी घेरलेली असते आणि संकटातून बाहेर पडण्याचा कुठलाच मार्ग मिळत नाही, असे तिला वाटते त्यावेळी ती स्वत:समोर एकच ध्येय ठेवते, जसे हरिणीने आपल्या पाडसाला जन्म देण्याचे ठेवले होते. आपल्याला कुठले कार्य अगोदर करायचे आहे हे मनात पक्के असल्यामुळे हरिणीने जसा पाडसाला जन्म दिला आणि आजूबाजूची संकटे आपोआप दूर झाली तसेच प्रत्येक स्त्रीच्या बाबतीत होते. स्त्रीचा जन्मच संकटांशी सामना करण्यासाठी असतो आणि संकटातून सुरक्षित बाहेर पडण्यासाठीही. तिने जर निर्धार केला तर ती चहूबाजूंनी संकटात सापडलेल्या हरिणीप्रमाणे आपला मार्ग शोधून काढू शकते. आपल्या पाडसाला जन्म देऊन त्याचे रक्षण करू शकते. ही एकाग्रता आणि हा निर्धार प्रत्येक स्त्रीच्या ठायी आहे. मला असे वाटते की, या हरिणीची गोष्ट समस्त स्त्री वर्गाला सांगावी. त्यामुळे प्रत्येक स्त्री स्वत:चा परिचय आपल्या आत्मशक्तीशी करून घेईल.

बाळंत होत असताना हरिणीने ना सिंहाचा विचार केला ना शिकाऱ्याचा. तसेच तिने जंगलातील वणव्याकडेही पाहिले नाही. अगदी तसेच प्रत्येक स्त्रीने निर्धार केला, तर ती गोष्टीतल्या हरिणीप्रमाणे सामर्थ्यशाली ठरू शकते, आलेल्या कुठल्याही संकटावर मात करू शकते. मानव जातीतील स्त्री असो अथवा प्राणिमात्रातील हरिणी, किंवा गणपतीला जन्म देणारी पार्वती असो... स्त्रीची रुपे विविध असली तरी तिच्या ठायी असलेले मातेचे सामर्थ्य सर्व प्राणिमांत्रामध्ये एकसारखे आहे. हिरकणी किंवा झाशीची राणी यांच्या कथाही हरिणीच्या कथेसारख्याच प्रेरणादायी आहेत. त्या प्रत्येक स्त्रीपर्यंत पोचाव्यात, म्हणूनच ही गोष्ट सांगण्याचा प्रपंच!

●

३५

देवाशी संवाद

एकदा एका माणसाला देवाशी बोलायची संधी मिळते. तो देवाला विचारतो, ''मी तुला काही विचारू का?''

देव : ''खुशाल विचार.''

माणूस : रागावणार तर नाहीस ना?

देव : नाही रे बाबा. विचार काय विचारायचे आहे ते.

माणूस : तू माझा आजचा दिवस का बिघडवलास?

देव : म्हणजे नेमके काय झाले?

माणूस : एकतर मला उठायला उशीर झाला. गजरच नाही वाजला.

देव : बरं मग?

माणूस : नंतर माझी गाडीच स्टार्ट होईना. मला टॅक्सी करून जावे लागले.

देव : (नुसताच हसतो.)

माणूस : आज जेवणाचा डबाही नव्हता. मी बाहेर जेवलो. मी खाल्लेले सॅन्डवीचसुद्धा बेकार होते.

देव : ठीक आहे.

माणूस : मला एक महत्त्वाचा फोन आला होता. मी त्या माणसाशी बोलत असताना माझा फोन बंद पडला. काय हे!

माणूस : संध्याकाळी घरी गेलो, तर दिवे गेलेले. आज मी इतका कावलो होतो की, घरी जाऊन मस्त एसी लावून झोपावे म्हटले, तर हे असे झाले. असे करुन तुला काय मिळते रे ?

देव : मी जरा विस्ताराने सांगतो. सकाळी तुझा मृत्युयोग होता. मी माझ्या

देवदूतांना पाठवून तो थांबवला. त्या गडबडीत तुझा गजरही थांबला.

माणूस : (ओशाळलेला)

देव : तुझी गाडी मी सुरू होऊ दिली नाही कारण त्या दिवशी तुझा अपघात झाला असता. मी म्हणालो ना, आज तुझा मृत्युयोग होता.

माणूस : (आवंढा गिळत) बरं देवा.

देव : तुझा सॅन्डवीच खराब होता. खरे तर तुला त्या दिवशी विषबाधा होणार होती. सॅन्डवीचवर निभावले.

माणूस : मला क्षमा करा देवा.

देव : तुझा फोन बंद पडला नाही. त्या माणसाला तुला एका विचित्र प्रसंगात अडकवायचे होते, म्हणून मी तो बंद पाडला.

माणूस : (अधिकच ओशाळलेला)

देव : रात्री दिवे गेले कारण त्या दिवशी तुझ्या घराला शॉर्टसर्किट होऊन आग लागणार होती.

माणूस : देवा मला क्षमा कर.

देव : क्षमा मागू नकोस. फक्त माझ्यावर विश्वास ठेव. जे काही तुझ्या आयुष्यात बरे वाईट घडते त्याचा अर्थ आपल्याला फार उशिरा लागतो. माझ्या योजनांविषयी कधीच शंका घेऊ नकोस.

आपण खरोखरच देवावर श्रद्धा आहे असे म्हणतो, मग प्रार्थनेच्या वेळी आपल्याला डुलक्या का येतात? तीन तासांच्या पिक्चरमध्ये जराही झोप येत नाही, ते कसे?

आध्यात्मिक पुस्तके वाचताना आपल्याला कंटाळा येतो. चावट पुस्तके वाचताना मात्र कधीच कंटाळा येत नाही. ते कसे?

आपल्या आयुष्याला सुंदर बनविणारे विचार आपण दुर्लक्षित करतो. नको ते 'एसएमएस' मात्र हौसेने फॉरवर्ड करतो. ते कसे?

आपल्या प्रार्थना दिवसेंदिवस छोट्या होत चालल्या आहेत. दारुचे बार मात्र वाढतच चालले आहेत. ते कसे?

एखाद्या अभिनेत्याच्या मागे आपण वेड्यासारखे लागतो. असे वेड आपल्याला देवासाठी का लागत नाही?

देवाच्या संगतीत राहताना आपल्याला एकटे का वाटावे?

●

३६

जेनीची हॅट

ही गोष्ट एका तुमच्या आमच्यासारख्या मुलीची आहे. ही मुलगी दिसायला सर्वसाधारण, घरची परिस्थिती बेताची, नोकरी दहा ते पाच, एका ऑफिसमधली.

रोज ही मुलगी सकाळी उठून, स्वत:चे आवरून ऑफिसला जायची. संध्याकाळी दमून घरी यायची. जेवून झोपून जायची. ऑफिसमधून येताना घरातले भाजी, वाणी सामान इत्यादी आणायची.

ऑफिसमध्ये ती व्यवस्थापकीय संचालकांची स्वीय सहायक होती. खरे तर हे पद महत्त्वाचे होते; परंतु ऑफिसच्या कामापलीकडे तिच्याशी कधी कोणी बोलले नव्हते. तिनेही ऑफिसमध्ये कोणाशी खास मैत्री केली नव्हती.

वास्तविक जेनी तरुण होती. चांगला बांधा, रंग गोरा, नाकडोळे चांगले होते. तरीही कोणी तिच्या जवळपास फिरकत नसे.

तिचा बॉससुद्धा कामापुरते तिच्याशी बोले. थोडक्यात म्हणजे तिचे आयुष्य रटाळ झाले होते. त्या आयुष्याची कोंडी कशी फोडावी, तिला कळत नव्हते.

एक दिवस तिने वर्तमानपत्रात एक जाहिरात वाचली. तिच्या ऑफिसच्या जवळच एका दुकानात हॅट्सचा सेल लागला होता. सहज उत्सुकतेने जेनी दुपारच्या जेवणाच्या सुट्टीत त्या दुकानात गेली. तेथे वेगळ्या वेगळ्या प्रकारच्या एकाहून एक सुंदर हॅट्स ठेवल्या होत्या. एक एक हॅट घालत जेनी स्वत:कडे आरशात पाहत होती. शेवटी तिला एक हॅट फारच आवडली. ती घालून जेनी

आरशात पाहत असताना त्याच दुकानात आपल्या आईबरोबर आलेली एक छोटी मुलगी जेनीला पाहून टाळ्या पिटत म्हणाली, ''ही हॅट तुला खूपच शोभून दिसते.'' त्या मुलीच्या आईनेही हसून तिची पसंती दर्शविली. दुकानदारानेही तिच्याकडे कौतुकाने बघितले. जेनी हरखून गेली.

ऑफिसमध्ये परतल्यावर जो तो तिच्याकडे हसून बघत होता. काहीजण तिच्याशी बोलायलाही आले. घरात आल्यावर रोज तोंड फिरवून जाणारी तिची आई जेनी घरी गेल्यावर तिची विचारपूस करू लागली.

जेनीला फार आनंद झाला होता. तिच्या हॅटने ही किमया केली होती. तिने आईला विचारले, ''माझी हॅट फार सुंदर आहे ना?''

आई चकित होऊन म्हणाली, ''कुठली हॅट? कशाबद्दल बोलते आहेस?'' जेनीने घाईने जाऊन आरशात बघितले. तिच्या डोक्यावर हॅटच नव्हती. तिला आठवेना की, आपण ती हॅट नेमकी कुठे विसरून आलो. त्या हॅटचे पैसे भरताना तिने ती हॅट कांऊटरवर काढून ठेवलेली तिला आठवली. बिल भरल्यानंतर जेनी तिची हॅट तेथेच विसरून आली होती.

माझ्या डोक्यावर हॅट नव्हती, तर सर्वजण माझ्याकडे कौतुकाने का पाहत होते? माझ्याशी बोलायला उत्सुक का होते? जेनीने आईलाही विचारले.

आई म्हणाली, ''ही किमया हॅटची नसून तुझ्या चेहऱ्यावर उमललेल्या आनंदाची आणि समाधानाची आहे. तू छान दिसते आहेस असे वाटून तुझ्या चेहऱ्यावर एक वेगळा गोडवा आला. त्याबरोबर आत्मविश्वासही. त्यामुळेच तुझ्या आजूबाजूचे सर्व जण तुझ्याजवळ आले. लक्षात ठेव, आपल्या व्यक्तिमत्त्वाला आपणच लोभस बनवतो. त्यासाठी वेगळ्या कुठल्या हॅटची गरजच नसते.''

आपणही जेनीकडून हे शिकायलाच हवे.

•

३७

फरक

गोष्ट एका गावातली आहे. एका गावात एक लहान मुलगा राहत असतो. शाळेत जाण्यासाठी त्याला गावातील नदी पार करून जावे लागे. एकदा काय झाले, पावसाळ्यामध्ये खूप पाऊस पडतो आणि नदीला पूर येतो. मुलगा नदीच्या काठापर्यंत जातो खरा पण पुराचे पाणी पाहून घरी परततो आणि आईला म्हणतो, ''आई, नदीचे पाणी खूपच चढले आहे. तू माझ्याबरोबर शाळेपर्यंत मला सोडायला ये तरच मी नदीच्या पुरातून मार्ग काढून पलीकडे जाऊ शकेन.''

आईला त्याचे बोलणे पटते. ती मुलाला घेऊन नदीपाशी येते. नदीत उतरताना मुलगा तिला म्हणतो, ''आई, माझा हात घट्ट धर.' आई म्हणते, ''तूच माझा हात घट्ट धर.'' ''नाही आई तू धर.'' ''नाही बाळा तू धर'' असे दोघे एकमेकांना सांगत राहतात. आईला कळत नाही की, मी मुलाचा हात धरला काय किंवा मुलाने माझा हात धरला काय, त्यामध्ये वाद घालण्यासारखे काय होते?

शेवटी न राहवून ती मुलाला विचारते, ''आपण जे बोलतो आहोत त्यामध्ये काय फरक आहे? तू माझा हात धरलास किंवा मी तुझा हात धरला तर दोन्ही एकच ना?'' मुलगा तिला म्हणतो, ''नाही आई, दोन्ही गोष्टी एक सारख्या किंवा एकच होऊ शकत नाहीत.'' आई त्याचे बोलणे ऐकून बुचकळ्यात पडते. मुलगा काय बोलत असतो ते तिला समजत नाही. ती मुलाला विचारते, ''तुला नेमके काय म्हणायचे आहे?''

मुलगा स्वत:च्या मताशी ठाम असतो. तो म्हणतो, ''आई, मी जर तुझा हात धरला आणि नदीतून आपण पलीकडे जायला लागलो आणि पाण्याचा प्रवाह

वाढला तर कदाचित त्या प्रवाहात मी घाबरून जाईन, माझा हात सुटण्याचीसुद्धा शक्यता आहे. तसे झाले तर मी वाहून जाईन. पण तू जर माझा हात धरलास तर पाण्याचा प्रवाहच काय कुठलेही संकट आले, तरी तू माझा हात सोडणार नाहीस याची मला खात्री आहे आणि म्हणूनच म्हणतो आई, तू माझा हात धर.''

गोष्ट अगदी छोटीशीच आहे; पण आपल्याला बरेच काही शिकवून जाते. आपला आधार असा आईच्या हातासारखा आणि अक्षय असावा. आपली मदत घेणाऱ्याला आपल्या आधाराचा विश्वास वाटावा. एवढेच नव्हे, तर मदत घेणाऱ्याला अशी खात्री वाटावी की, कुठलेही संकट आले तरी आपण आपली बांधिलकी सोडणार नाही. याच विश्वासावर नाती बनतात आणि चिरंतन होऊ जातात. रक्षाबंधनाचा सुताचा एक कच्चा धागा भावा-बहिणीच्या मनात पक्के नाते निर्माण करतो. धागा तुटून गेला तरी नाते मात्र वर्षागणिक घट्ट होत जाते. तशीच ही भावना आहे. एका लहान मुलाच्या मनात आलेला हा विचार किती खोलवर जाणारा आहे नाही?

●

३८

निवड

नुकतीच एक विचार करण्यासारखी गोष्ट माझ्या वाचनात आली. एका गावामध्ये एक कुटुंब राहत होते. कुटुंबातील स्त्री एक दिवस घराचे अंगण झाडत असताना पलीकडच्या झाडाखाली ती तीन वृद्ध गृहस्थांना बसलेले पाहते. त्यांच्या चेहऱ्यावरून ते खूप दिवस उपाशी असावेत, असे त्या बाईला वाटते. ते तिघेही जण थंडीने कुडकुडत असतात. बाईला त्यांची दया येते. ती त्यांच्यापाशी जाते व म्हणते, ''तुम्ही तिघे दूरच्या प्रवासावरून आल्यासारखे दिसत आहात. तुम्हाला मी ओळखत नाही. मात्र तुम्ही भुकेलेले दिसता. आमच्या अंगणात येऊन बसलात, तर तुम्हाला मी गरम गरम खायला देईन. ऊन ऊन पाण्याने आंघोळ करा आणि मग थोडी विश्रांती घेऊन आपल्या पुढच्या प्रवासाला निघा.''

बाईचे बोलणे ऐकून तिन्ही गृहस्थांनी एकमेकांकडे पाहिले. एक जण तिला म्हणाला, ''आम्ही तिघेही एकाच वेळी घरात येऊ शकत नाही. तसे करण्यास आम्हाला मज्जाव आहे.'' बाई आश्चर्याने विचारते, ''असे का बरे?'' त्यावर एक म्हणतो, माझे नाव यश आहे, माझ्या शेजारी उजव्या बाजूला बसलेल्याचे नाव प्रेम आहे आणि माझ्या डाव्या बाजूला बसलेल्याचे नाव दौलत आहे. तुम्ही कोणाची तरी एकाची निवड करा.

बाई संभ्रमात पडते. ती घरात जाऊन आपल्या नवऱ्याला आणि मुलीला सगळी हकिकत सांगते आणि विचारते, ''या तिघांपैकी कोणाला प्रथम आत

बोलवावे?'' नवरा म्हणतो, ''मला तर वाटते की, मनुष्यरूप घेतलेले हे देवांचे अवतार आहेत. दौलतला बोलव. तो आला की, आपल्याकडे धनदौलत येईल.'' बाई मुलीचा विचार घेते. मुलगी लहान असते पण समंजस असते. थोडा वेळ विचार करून ती म्हणते, ''मला वाटते की आपण प्रेमला प्रथम आत बोलवावे.'' मग त्या बाईला नवरा व मुलगी विचारतात, ''तुला कोण हवे?'' त्यावर ती म्हणते, ''मला यशला बोलवावे असे वाटते. म्हणजे आपल्या जीवनात कायम यश येत राहील.'' मुलगी लहान असल्यामुळे दोघे आपल्या मुलीचे ऐकायचे ठरवतात. ती बाई बाहेर जाऊन प्रेमला घरात घेऊन येते आणि काय आश्चर्य! त्याच्या पाठोपाठ दौलत व यशही घरात येताते.

सूज्ञ वाचकांना हे सांगायची गरज नाही की, ज्या कुटुंबात प्रेम असते, सलोखा असतो तिथे दौलत आणि यश आपोआप चालत येतात; परंतु यश किंवा दौलत यांना आधी बोलावले आणि कुटुंबामध्ये प्रेमच नसेल, तर त्याचा विपर्यास भांडणामध्येच होतो ना! आपण पाहतो, जगात यशापोटी असूया आहे, दौलतीपोटी भावाभावात भांडणे आणि मारामाऱ्या आहेत; परंतु ज्याच्याजवळ प्रेम आहे, त्याला सगळे जग प्रेमाने जिंकता येते. कोणी तरी म्हटलेच आहे की, 'प्रेमाने जर सगळेच जिंकता येते, तर तलवारीची गरजच काय?'

●

३९

ईश्वरी चमत्कार

एका गावात एक छोटी मुलगी आपला धाकटा भाऊ व आईवडिलांसह राहत असते. काही दिवसांपासून तिचा धाकटा भाऊ गंभीररित्या आजारी असतो. ते मुलाला एका डॉक्टरकडे घेऊन जातात. डॉक्टर म्हणतात की, त्याला ऑपरेशनची आवश्यकता आहे. ऑपरेशनला लागणारे पैसे त्यांच्याकडे नसतात त्यामुळे ते हताश होऊन मुलाला घरी घेऊन येतात. रोजच्या रोज मुलाची प्रकृती खालावत जाते. ते कुटुंब असहाय्यपणे रोज तीळ तीळ मरणाऱ्या त्या मुलाकडे पाहत राहते.

बहिणीला आपल्या भावाच्या वेदना सहन होत नाहीत. ती हळूच आपल्या कपाटातून आपली छोटीशी 'पीगी बँक' बाहेर काढते. त्यात तिला १०१ रुपये मिळतात. ते पैसे एका रुमालात बांधून, आईवडिलांचा डोळा चुकवून ती मुलगी जवळच्या केमिस्टच्या दुकानात जाते. खूप वेळ दुकानात उभी राहिल्यावरही केमिस्ट तिच्याकडे पाहत नाही. शेवटी ती आपली चिमुकली मूठ काऊंटरवर आपटून त्या केमिस्टचे लक्ष वेधून घेते.

केमिस्ट तिला विचारतो, ''तुला काय हवे आहे?'' त्यावर मुलगी म्हणते, ''मला चमत्कार करणारे औषध हवे आहे.'' केमिस्ट चिडून तिला म्हणतो, ''आमच्याकडे असे कुठलेच औषध नाही जे चमत्कार घडवू शकते. पण चमत्कार कोणासाठी घडवायचा आहे आणि त्या व्यक्तीला आजार काय आहे?''

मुलगी आपल्या भावाची अवस्था त्या केमिस्टला सांगते. ती म्हणते,

''माझे आईवडील आपसात बोलत होते की, माझा भाऊ मरणार आहे. बाबा म्हणाले, त्याचे ऑपरेशन करायला आपल्याजवळ पैसे नाहीत. आता एखादा दैवी चमत्कारच त्याला वाचवू शकेल.'' बोलता बोलता मुलीच्या डोळ्यांतून अश्रू ओघळू लागतात. मुलगी केमिस्टला म्हणते, ''माझ्याजवळ एकशे एक रुपये आहेत. अजून हवे असतील, तर मी ते आणून द्यायची व्यवस्था करेन; परंतु मला चमत्कार घडविणारे औषध लवकर द्या.''

त्या केमिस्टच्या दुकानात आणखीन एक गृहस्थ उभे असतात. ते या मुलीची कथा ऐकत असतात. ते तिला म्हणतात, ''मला तुझ्या घरी घेऊन चल. मी तुझ्या भावाला बघतो आणि त्याला चमत्कार करणारे औषध देता येईल का ते ठरवितो.''

ते गृहस्थ एक प्रख्यात सर्जन असतात. मुलीच्या घरी गेल्यावर तिच्या भावाचे निदान करून ते तिच्या भावाला हॉस्पिटलमध्ये नेतात व त्याच्यावर यशस्वी शस्त्रक्रिया करतात. काही दिवसांनी तो मुलगा पूर्ववत होतो आणि सर्व कुटुंब फार आनंदी होते. सर्जनने त्या मुलीकडून फक्त एकशे एक रुपये स्वीकारून ऑपरेशन केलेले असते.

मुलीचा भाऊ बरा झाल्यानंतर एक दिवस जेवताना आई बाबांना म्हणते, ''आपला मुलगा बरा झाला हा दैवी चमत्कारच झाला. त्या डॉक्टरने आपल्या मुलाचे मोफत ऑपरेशन करून दिले.'' मुलगी आईचे बोलणे ऐकत असते. ती मनातल्या मनात हसते.

असे छोटे छोटे चमत्कार आपल्याही दैनंदिन आयुष्यात नित्यनेमाने घडत असतात. आपण फक्त त्यांची दखल घेत नाही एवढेच.

●

४०

आनंदाचे डिपॉझिट

एका मुलीचे लग्न होते. लग्न समारंभ आटोपून जेव्हा ती सासरी जायला निघते, तेव्हा तिची आई तिला बाजूला घेऊन तिच्या हातात बँकेचे एक पुस्तक देते. ''बाळा मी तुझ्यासाठी आणि जावईबापूंसाठी एक बँक अकाउंट उघडले आहे. हे एक खास अकाउंट आहे. जेव्हा जेव्हा तुमच्या दोघांच्या आयुष्यात काहीतरी चांगले घडेल त्यावेळी याच्यात पैसे जमा करायचे बरं का!'' मुलगी बँकेचे पुस्तक आपल्या पर्समध्ये टाकते.

त्यानंतर वर्ष दोन वर्ष त्या खात्यात खूप सारे पैसे जमा होतात. दोघांचे वाढदिवस, लग्नाचा वाढदिवस, नवऱ्याचे प्रमोशन, तिचे प्रमोशन, बाळ झाले अशा अनेकविध आनंदाच्या कारणांसाठी बँकेत पैसे जमा होत जातात. काही वर्षांनी नवरा बायकोमध्ये वितुष्ट येऊ लागते. त्यांचा विसंवाद एवढा वाढत जातो की, दोघेही घटस्फोटाच्या टप्प्यापर्यंत येऊन पोहोचतात.

सामान बांधून माहेरी जाण्यासाठी सामानाची आवराआवर करत असताना अचानक त्या मुलीची नजर बँकेच्या पुस्तकावर जाते. ती ते पुस्तक उघडून बघते. त्या खात्यात बरेच पैसे असतात; परंतु गेल्या काही महिन्यात त्यात कुठलीही भर पडलेली नसते. मुलीच्या डोळ्यांत अश्रू तरळतात.

''अगोदर या खात्यात भरपूर पैसे जमा झाले आणि आता माझ्यावर हे खाते बंद करून टाकण्याची वेळ आली आहे. यातील निम्मे पैसे मला माझ्या नवऱ्याला द्यावे लागतील कारण हे खाते आमचे दोघांचे होते.'' मुलगी मनाशीच बोलते.

हळूहळू तिची दृष्टी खात्यात जमा झालेल्या प्रत्येक डिपॉझिटवर जाते. सगळ्या जुन्या आठवणी दाटून येऊ लागतात. आपल्या आयुष्यात एकमेकांबरोबर वाटून घेण्याचे आनंदाचे कित्येक प्रसंग आले आणि त्या त्या प्रसंगांची खूण म्हणून हे डिपॉझिट आपण बँकेत टाकले, हे तिला आठवू लागते. अचानक तिच्या लक्षात येते की, ही स्थिती बदलण्याचे काहीच कारण नाही. माझे व माझ्या नवऱ्याचे अजूनही एकमेकांवर नितांत प्रेम आहे. खोट्या अहंकारापायी आम्ही दोघे एकमेकांशी भांडत आहोत. वास्तविक बँकेतील हे खाते समृद्ध होत जायला हवे होते. तसे न करता आम्ही दोघे भांडतच राहिलो.

ती मुलगी बँकेचे पुस्तक घेऊन नवऱ्यासमोर धरते. नवराही ते पुस्तक उघडून बघू लागतो. त्यालाही तशीच प्रचीती येते जशी मुलीला आलेली असते. बँकेचे पुस्तक वाचून झाल्यावर ते मिटून घेऊन दोघेही एकमेकांना एकाच वेळी म्हणतात, ''चल, आपण जाऊ आणि अजून एक हप्ता भरून येऊ. आपण एकमेकांचे सहचर असल्यामुळेच आयुष्य खरोखर सुंदर आहे. हा आनंद आपण कधीच गमवायचा नाही.'' दोघांचे एकमत झाल्यानंतर दोघेही आनंदात बँकेत जातात. त्यांचा अकाउंट पुन्हा नव्याने जिवंत होतो. आनंदाचे डिपॉझिट अक्षय असते हेच खरे.

●

४१

ज्याचे त्याचे आकाश

एक मजेदार गोष्ट वाचनात आली. एक माणूस मायक्रोसॉफ्टच्या ऑफिसमध्ये नोकरी मागण्यासाठी जातो. त्याची मुलाखत घेणाऱ्या मॅनेजरला त्याची उत्तरे समाधानकारक वाटल्याने मॅनेजर त्याला म्हणतो, ''ठीक आहे. तुमचा मोबाईल नंबर व ईमेल आयडी मला देऊन जा. मी तुम्हाला कळवितो.''

मुलाखत देणारा म्हणतो, ''माझ्याजवळ दोन्ही नाही. मीच येऊन चौकशी करेन.'' मॅनेजर चकित होऊन म्हणतो, ''या दोन्ही गोष्टी तुझ्याजवळ नसतील, तर तू दुसरी नोकरी बघ.''

तो माणूस निराश होऊन बाहेर पडतो. खिशात फक्त दहा डॉलर्स शिल्लक असतात. तिरीमिरीत तो आजूबाजूला पाहतो. एक माणूस त्याला टवटवीत ताजे टोमॅटो विकताना दिसतो. तो त्याची अख्खी पाटी विकत घेतो. दुसऱ्या ठिकाणी जाऊन टोमॅटो विकतो. संध्याकाळपर्यंत त्याच्या खिशात वीस डॉलर्स जमा झालेले असतात.

झाल्या प्रकाराने उत्साहित होऊन तो माणूस पुन्हा दुसऱ्या दिवशी टोमॅटो खरेदी करतो. पुन्हा नफा मिळवतो. असे करता करता वर्षा दोन वर्षात त्याचा मोठ्ठा व्यवसाय तयार होतो. अनेक बेरोजगारांना तो नोकरी देतो. आता तो चांगलाच सुखवस्तू झालेला असतो.

आपल्या कुटुंबियांचा विमा उतरवण्यासाठी तो विमा एजंटला पाचारण करतो. विमा एजंट त्याला सगळी कार्यपद्धती समजावून सांगतो आणि त्याला

म्हणतो, ''मी उरलेल्या सगळ्या बाबी पूर्ण करेन आणि तुम्हाला मेल करेन. तुमच्या मोबाईलवरही तुम्हाला मेसेज टाकेन.''

टोमॅटो व्यावसायिक हसतो आणि म्हणतो, ''मेल वाचायला माझ्याजवळ कॉम्प्युटरही नाही आणि 'एस. एम. एस.' वाचायला माझ्याजवळ मोबाईल फोनही नाही.''

एजंट चकित होतो. तो अविश्वासाने त्या माणसाला विचारतो, ''अहो, मग तुम्ही एवढा मोठा व्यवसाय उभा कसा केलात? तुम्हाला या दोन्ही गोष्टींची गरज पडली नाही? मला तर हे खरे वाटत नाही. तुम्ही नक्कीच माझी थट्टा करीत आहात.''

तो माणूस शांतपणे म्हणतो, ''खरोखरच मी या दोन्ही यंत्रांशिवाय माझा कारभार उभा केला आणि तो वाढविला. या दोन्ही उपकरणांची गरज मला अजून तरी पडलेली नाही. भविष्यात ती पडेल असेही मला वाटत नाही.''

विमा एजंट त्याला म्हणतो, ''असे तुम्हाला आता वाटते आहे; परंतु जर तुमच्या जवळ या दोन्ही गोष्टी असत्या तर आज तुमच्याजवळ शंभर ट्रक्स आहेत ते आणखी कितीतरी पटींनी वाढले असते. तुमचा कारभार आणखी मोठा होऊ शकला असता. तुमची आणखीन भरभराट झाली असती. तुम्हाला पटते का?''

व्यापारी हसतो आणि म्हणतो, ''कदाचित तू म्हणतोस तसेही झाले असते. मला मिळालेली दौलत पुरेशी आहे. याहून जास्त मिळविण्याचा हव्यास मला नाही. आपल्याला झेपेल तेवढेच करावे.''

विमा एजंट त्याला विचारतो, ''तुम्ही या व्यवसायात आला नसतात, तर काय केले असतेत?''

व्यापारी म्हणतो, ''मी मायक्रोसॉफ्टच्या ऑफिसमध्ये फरशा साफ केल्या असत्या.''

कोणाचा उदय कुठे असेल सांगता येत नाही. ज्याने त्याने स्वतःचे आकाश शोधायचे असते.

●

४२

आपल्या चष्म्यातून

विमानतळावर एक तरुण मुलगी विमान पकडण्यासाठी येते. विमानाला उशीर झाल्यामुळे ती बिस्किटाचा पुडा आणि एक पुस्तक विकत घेऊन वाचत बसते.

ती कोपऱ्यातील एका सीटवर जाऊन बसते आणि पुस्तक वाचण्यात गुंग होते. तिच्या पलीकडे एक मोठ्या वयाचे गृहस्थ पेपर वाचत बसलेले असतात. दोघांच्या मध्ये सामान ठेवायची फळी असते. मुलगी वाचता वाचता आपला हात बिस्किटाच्या पुड्यात घालून एक बिस्किट उचलते आणि खाऊ लागते. तेवढ्यात तिला दिसते की शेजारचे गृहस्थही हात पुढे करून पुड्यातील एक बिस्किट उचलत आहेत. मुलगी चक्रावून जाते. 'हा माणूस माझ्या बिस्किटाच्या पुड्यात मला न विचारता हात घालतो आणि खुशाल एक बिस्कीट खातो, याला काय म्हणावे?'

दुसरे बिस्किट खाताना तिला तोच अनुभव येतो. तिच्या रागाचा पारा चढू लागतो. खाता खाता शेवटी एकच बिस्किट उरते. शेजारच्या गृहस्थांनी मात्र ते बिस्किट उचलले नसते. ते पुन्हा पेपर वाचण्यात रममाण झालेले असतात. मुलगी शेवटचे बिस्किट खाते. तेवढ्यात तिचे विमान लागल्याची घोषणा होते.

वाचत असलेले पुस्तक मिटून आपल्या बॅगेत टाकताना तिने विकत घेतलेला बिस्किटांचा पुडा तिला बॅगेतच दिसतो. मुलगी ओशाळते. ''अरे बापरे! म्हणजे आपणच त्या बिचाऱ्या काकांची बिस्किटे ताव मारून खात होतो आणि

मनातल्या मनात त्यांना शिव्या घालत होतो. एवढे कसे चुकले माझे? पुस्तक वाचण्याच्या नादात मी माझा बिस्किटांचा पुडा बॅगेतून काढलाच नाही, हेही माझ्या लक्षात आले नाही. किती हा धांदरटपणा!'

अचानक तिच्या मनात येते, ज्या काकांना मी मनातून असभ्य समजत होते ते माझ्याशी कमालीच्या सभ्यतेने वागले. परकी मुलगी आपली बिस्किटे खाते आहे, हे पाहूनही त्यांनी एक चकार शब्द काढला नाही. एवढेच काय तर शेवटचे बिस्किटही त्यांनी माझ्यासाठी सोडले होते, हे विशेष!

मुलीला आपल्या वागण्याचा फार पश्चात्ताप होतो. ती त्या गृहस्थांची माफी मागते. ते गृहस्थ सौम्य हसून तिला म्हणतात, ''तू माझी बिस्किटे खाल्लीस याचा मला आनंदच आहे.''

असे प्रसंग आपल्याही आयुष्यात अनेकदा येतात. बऱ्याच गोष्टींचा विचार आपण आपल्या पूर्वग्रहानुसार करतो. आपण सर्वांकडे आपल्याच चष्म्यातून पाहतो. दुसऱ्याविषयी दूषित ग्रह करून घेण्यापूर्वी आपल्याला जे वाटते ते बरोबर आहे की, नाही याची खातरजमा करण्याचेही भान आपल्याला नसते. माणसाच्या या प्रवृत्तीमधूनच भल्या-भल्यांवर पश्चात्तापाची पाळी येते.

गोष्ट फारच छोटी; पण बोलकी आहे. चार बिस्किटे कोणी कोणाच्या पुड्यातून खाल्ली हे महत्त्वाचे नव्हतेच मुळी. परंतु बिस्किटाचा पुडा ज्यांचा होता ते गृहस्थ व बिस्किटे खाणारी तरुण मुलगी या दोघांच्या स्वभावातील फरक या गोष्टीतून तीव्रतेने जाणवतो. आपणही दुसऱ्यांची बिस्किटे खाण्यापूर्वी खातरजमा करून घ्यावी, हेच बरे.

●

४३

परीससपर्श

एकदा एका माणसाला देव प्रसन्न होतो आणि म्हणतो की, ''मी तुला आशीर्वाद देतो, लवकरच तुला परीसस्पर्श होईल.'' वरदान मिळालेला माणूस आनंदाने हरखून जातो. तो आपल्या गळ्यात वाळ्याची एक साखळी घालतो. कुठलाही दगड मिळाला की, त्याला परीस समजून तो त्या साखळीमध्ये बांधून ठेवायचा. दुसऱ्या दिवशी साखळी सोन्याची झाली नाही म्हणून साखळीतून दगड काढून तो फेकून द्यायचा. आज ना उद्या सोन्याचा स्पर्श करणारा परीस आपल्याला मिळेलच याची त्याला खात्री होती. देवानेच वरदान दिलेले असल्यामुळे ते खोटे ठरणार नाही असा त्याचा विश्वास होता.

बघता बघता अनेक वर्षे जातात. त्या माणसाचे गळ्यातल्या साखळीला दगड बांधण्याचे काम अव्याहतपणे चालू होते. अनेक वर्षे वाट पाहूनही त्या माणसाला परीस न मिळाल्याने तो निराश होतो. उद्विग्नतेने स्वत:लाच म्हणतो, ''देव खोटे बोलला की माझेच काही चुकले असेल? का मला परीस मिळणारच नाही? ऐन जवानीतली माझी उमेदीची सगळी वर्षे निघून गेली. आता परीस मिळाला तरी मी त्याचे काय करणार? आता माझे जीवन थोडेच बदलणार आहे?'' तो इतका उद्विग्न होतो की, निराशेच्या एका गडद क्षणात गळ्यातील साखळी काढून तिला तो भिरकावणार एवढ्यात त्याचे लक्ष त्या साखळीकडे जाते. बघतो तो काय! साखळी पूर्ण सोन्याची झालेली होती. देवाचे वरदान वाया गेलेले नसते.

तो माणूस स्वत:शीच म्हणतो, ''कुठल्या दगडाने कधी परीस स्पर्श केला मला कळले देखील नाही. किती मी अभागी.''

आपल्याही आयुष्यात असे अनेक परीसस्पर्श आपल्याला सतत होत असतात. कधी आपले शरीर, कधी आपले मन तर कधी आपल्या भावना निराशेतून प्रकाशापर्यंत आणून सोडणारी माणसेच आपले परीस असतात. गोष्टीतल्या त्या दुर्दैवी माणसाप्रमाणेच आपल्या तरी कुठे लक्षात येते की, ही माणसेच आपल्या आयुष्यातील परीस आहेत ? आपण त्यांना दगड समजून भिरकावत राहतो. ज्या वेळेला आपल्याजवळ कोणीच राहात नाही त्यावेळेला आपल्याला त्या परीसस्पर्शी माणसांच्या आठवणी यायला लागतात. आपल्या आयुष्यातील ते क्षण आठवू लागतात जेव्हा या लोकांनी आपल्याला मोठा आधार दिलेला असतो. मग हे परीस कधी आईवडील तर कधी पती, कधी पत्नी, कधी प्रेयसी, मित्र-मैत्रिणी, जीवाभावाचे कोणीतरी अशा अनेक रूपात आपल्या आयुष्यात येतात. ही गोष्ट ऐकून तरी आपण आजपासून सजग राहिले पाहिजे आणि आपल्या आयुष्यातील अशी माणसांना परिसासारखे जपले पाहिजे.

दुसरी गोष्ट अशी की, आपणही कुणाच्या तरी आयुष्यात परीस बनून त्यास स्पर्श करावा व त्याचे जीवन आनंदाने उजळून टाकावे. या स्पर्शासाठी कुठल्याही नात्याची आवश्यकता नसते. माणूस म्हणून आपण हे करू शकतो, कुणासाठीही करू शकतो, कधीही करू शकतो आणि कायम आपले सोनेरीपण दुसऱ्याबरोबर वाटून घेऊ शकतो.

४४

स्त्रीला प्रिय

एकदा एका राजाला त्याचा प्रतिस्पर्धी युद्धात हरवतो. हरलेला राजा फार बुद्धिमान असतो. त्याचा प्रतिस्पर्धी राजाला म्हणतो, ''मी विचारलेल्या प्रश्नाचे उत्तर तू अचूक दिलेस, तर मी तुला पुन्हा स्वतंत्र करेन. तुझे राज्यही तुला परत करेन.''

तो राजाला विचारतो, ''असे काय आहे जे स्त्रियांना सर्वात प्रिय आहे?''

उत्तर देण्यासाठी त्याने राजाला काही दिवसांची मुदत दिलेली असते. राजा प्रश्नाचे उत्तर शोधू लागतो. खूप फिरल्यानंतरही त्याला समाधानकारक उत्तर सापडत नाही. कोणीतरी त्याला सांगते की, गावाबाहेर एक म्हातारी राहते ती तुला मार्गदर्शन करु शकेल.

राजा तिच्याकडे जातो. ती म्हणते, ''मी तुझ्या प्रश्नाचे उत्तर देईन मात्र त्याच्या बदल्यात तू माझे लग्न तुझ्या शूर सेनापतीशी लावून दे. तो तुझा परममित्र असल्याने तुला नाही म्हणणार नाही.''

राजाला तिची अट जाचक वाटते. तो निराश होऊन परततो. ही गोष्ट त्याच्या सेनापतीला कळल्यावर आपल्या मित्राच्या प्रेमाखातर सेनापती त्या म्हातारीशी लग्न करतो.

म्हातारी राजाला सांगते की, स्त्रियांना सर्वात प्रिय असते ते मत स्वातंत्र्य. स्त्रीला जर आपल्या आयुष्याचे निर्णय स्वतः घेता आले, तर तिला ते सर्वात अधिक प्रिय असते.

राजा हे उत्तर आपल्या प्रतिस्पर्ध्याला जाऊन सांगतो. राजाचे उत्तर ऐकून तो खूश होतो. उत्तर ऐकणारा प्रत्येक माणूस राजाच्या बुद्धीची प्रशंसा करू लागतो.

लग्नाच्या रात्री म्हातारी सेनापतीला विचारते, ''मी म्हातारी असून तुम्ही माझ्याशी लग्न केलेत. खरे तर मी माझे रूप बदलू शकते. तशी सिद्धी मला प्राप्त आहे. आता मला सांगा की मी कुठल्या रूपात तुमच्या समोर येऊ?''

सेनापती आपल्या पत्नीला म्हणतो, ''वास्तविक हा निर्णय घेण्याचा अधिकार संपूर्णपणे तुझाच आहे. राजाने जे उत्तर आपल्या प्रतिस्पर्ध्याला देऊन स्वातंत्र्य मिळविले ते उत्तर सर्वांसाठीच लागू आहे. त्यामुळे तू कुठल्या रुपात माझ्याबरोबर नांदायचे, हे ठरविण्याचा अधिकार सर्वस्वी तुझा आहे.''

ती म्हातारी खरी देवी असते. ती सेनापतीची परीक्षा पाहत असते. सेनापतीचे चारित्र्य आणि त्याचा सच्चेपणा तिला फार भावतो. देवी असो की माणूस, स्त्रीला स्वत:चे मत मांडण्याचा आणि स्वत:चे निर्णय स्वत: घेण्याचा अधिकार असला पाहिजे या सेनापतीच्या वचनाने ती प्रसन्न होते.

आपण आज एकविसाव्या शतकात, आधुनिक युगात राहत आहोत. आपण स्त्री मुक्तीच्या, तिच्या स्वातंत्र्याच्या खूप गप्पा मारतो. प्रत्यक्षात मात्र अनेक ठिकाणी अजूनही आपल्या समाजात स्त्रीला स्वत:चे मत मांडण्याचा अथवा स्वत:चे निर्णय स्वत: घेण्याचा अधिकार नाही, हे खेदाने म्हणावे लागेल. राजा आणि सेनापतीच्या या छोट्याशा गोष्टीने आपल्या समाजाला प्रेरणा मिळावी, ही अपेक्षा.

●

४५

ज्याचे त्याचे मूल्य

गुरू नानक यांच्या एका शिष्याने त्यांना विचारले, ''माणसाच्या जीवनाची किंमत काय आहे गुरू महाराज?''

गुरू नानक यांनी त्या शिष्याला एक खडा दिला व सांगितले की, ''हा खडा घेऊन बाजारात जा. वेगवेगळ्या व्यापाऱ्यांना हा खडा दाखवून त्याचे मूल्य विचार. मात्र हा खडा कोणालाही विकू नकोस.''

गुरुने सांगितल्याप्रमाणे शिष्य बाजारात जातो. तो आपल्या जवळचा खडा एका फळ विक्रेत्याला दाखवतो. फळ विक्रेता तो पारखतो आणि त्या बदल्यात काही फळे शिष्याला देऊ करतो. शिष्य त्याला सांगतो की, गुरुने तो खडा विकू नकोस असे सांगितले आहे.

त्यानंतर शिष्य भाजी विक्रेत्याकडे जातो. तो शिष्याला पोतेभर बटाटे देऊ लागतो. शिष्य गुरुचे आदेश त्याला सांगून पुढे जातो.

त्यानंतर तो एका सोनाराच्या दुकानात जातो. सोनार त्याला पन्नास लाख रुपये देऊ करतो. तो खडा मिळावा म्हणून हट्टही करतो. शिष्य त्याला खडा विकायचा नाही, असे सांगून पुढे प्रस्थान करतो.

त्यानंतर शिष्य एका रत्नपारख्याकडे जातो. तो खडा पाहून रत्नपारखी हरखून जातो. तो खडा रत्नपारखी एका रेशमी वस्त्रावर ठेवतो आणि म्हणतो, ''मी आयुष्यभर मौल्यवान खडे विकतो आहे; परंतु इतका तेजस्वी खडा मी आयुष्यात पाहिला नाही. मला क्षमा करा. मी या खड्याची किंमत देऊ शकणार

नाही कारण हा खडा अनमोल आहे.''

सगळ्यांकडे जाऊन आल्यावर शिष्य गुरू नानकांकडे परततो. घडलेला सगळा प्रकार तो गुरुंच्या कानावर घालतो. ''आता तर मी अधिकच संभ्रमात पडलो आहे. एका खड्याची वेगळी वेगळी किंमत ऐकून मलाच कळेनासे झाले आहे की, या खड्याचे खरे मोल काय आहे.''

गुरू नानक त्याला म्हणतात, ''यालाच आयुष्य म्हणतात. प्रत्येक माणसाची किंमत जो तो आपल्या परीने लावत असतो. ज्याची जेवढी ऐपत तेवढे त्याचे मूल्यांकन. शिवाय आपण जसे इतरांना दिसतो तसा आपला भाव लावला जातो. प्रत्येक माणूस स्वत:ला परवडेल असा भाव समोरच्या वस्तूला किंवा माणसाला लावतो. यामध्ये पारख करणारा माणूस स्वत:ची आर्थिक स्थिती आणि क्रयशक्ती दोन्हीचा विचार करून बोली लावतो. म्हणूनच आपण जेव्हा जगात वावरतो, तेव्हा या गोष्टींचे भान ठेवून वागायला हवे. समोरचा माणूस आपली काय किंमत करतो हे आपल्याला ताडता यायला हवे.''

गुरू नानकांचे बोलणे ऐकून शिष्य मनोमन समजतो. त्याला हे ही कळले की, आपण स्वत:ही आपले मूल्य करायला शिकले पाहिजे. बहुतेक लोकांना असे वाटते की, त्यांचे मूल्य खूप आहे, ते अनमोल आहेत; परंतु असे स्वत:ला वाटण्याऐवजी लोकांना आपल्याबद्दल वाटणे महत्त्वाचे आहे. आपल्यातील बहुसंख्य लोकांना असे वाटते की, आयुष्याने त्यांना त्यांच्या क्षमतेपेक्षा कमी दिले आहे. अशावेळी गुरू नानक यांची पारख करण्याची पद्धत आठवून आपणही स्वत:चे मूल्य जोखले पाहिजे. असे करण्याने आपल्याला आयुष्यापासून भलत्या अपेक्षा राहणार नाहीत. आपली योग्यता नीट लक्षात घेतल्याने आपल्यात अधिक सुधारणा करायला वाव आहे, हेही आपल्या लक्षात येईल.

●

४६

आईचा विश्वास

एडिसनने दिव्याचा शोध लावून साऱ्या जगाला प्रकाशमान केले, हे आपणा सर्वांना विदित आहे. जगातला एक मोठा शास्त्रज्ञ म्हणून त्याचे योगदान मोठे आहे. त्याच्या प्रती असलेली जगाची कृतज्ञता कधीच संपणार नाही.

या थॉमस अल्वा एडिसनच्या शाळेतला किस्सा आहे. एडिसन अभ्यासात फारसा हुशार नव्हता. एक दिवस शाळेतून घरी आल्यावर त्याने त्याच्या आईजवळ शाळेतल्या शिक्षिकेने दिलेली चिठ्ठी दिली. त्याला कुतूहल वाटले की, त्याच्या शिक्षिकेने चिठ्ठीत काय लिहिले असावे. आईने ती चिठ्ठी वाचली आणि एडिसनलाही वाचून दाखवली.

'आपल्या पाल्याविषयी आम्हाला अभिमान वाटतो; परंतु आमच्या शाळेत आणि इथल्या शिक्षणक्रमात त्याची बुद्धी मावत नाही. त्यामुळे त्याला आम्ही या पुढे शिकवू शकत नाही.'

त्या दिवसापासून एडिसनची शाळा बंद पडली. त्याच्या आईने त्याला घरीच शिकविले. पुढे जाऊन एडिसन जगातला विख्यात शास्त्रज्ञ झाला. एक दिवस घरात सफाई करत असताना त्याला आईच्या कपाटात ती चिठ्ठी सापडली.

एडिसनची आई एव्हाना कालवश झाली होती. एडिसनने ती चिठ्ठी उघडली आणि वाचली. त्यात आईने वाचून दाखविलेले काहीच लिहिले नव्हते. उलट त्यात असे लिहिले होते की, तुमचा मुलगा मठ्ठ आहे. त्याला ही शाळा पुढे शिकवू शकणार नाही.

एडिसनचे डोळे भरून आले. शाळेने एवढे कळवूनही आईने त्याला जाणीवही होऊ दिली नव्हती की, शाळेने किती क्रूर पद्धतीने त्याला हाकलून दिले होते. आईच्या गाढ विश्वासाची त्याला प्रकर्षाने जाणीव झाली. शाळेने एवढे लिहूनही आईने त्याच्यावर विश्वास ठेवला होता. त्याच्या बुद्धी सामर्थ्याची कधी शंका घेतली नव्हती. उलटपक्षी तिने घरातच त्याला शिकवून जगातला थोर शास्त्रज्ञ बनविले होते.

आईचे आभार मानायला आई जिवंत नव्हती; परंतु एडिसनने तिचे उपकार स्मरणात ठेवले. त्याने जेव्हा दिव्याचा शोध लावला त्यावेळी त्याला आईचे स्मरण झाले. दुसऱ्या दिवशी सायन्स कॉन्फरन्समध्ये त्याचा शोध ठेवला जाणार होता. त्याला दिव्याचे प्रात्यक्षिक करून दाखवायचे होते. रात्री उशिरा त्याचे काम आटोपले. त्याने आपल्या सहायकाजवळ दिवा दिला आणि त्याला तो वरती माडीवर नेऊन ठेवायला सांगितला. सहायक दिवा घेऊन माडी चढत असताना धडपडला. त्याच्या हातून दिवा खाली पडला आणि फुटला.

एडिसनच्या आयुष्यातला तो एक दुःखद प्रसंग होता. तरीही तो सहायकाला काहीच बोलला नाही. पुढची तारीख मागून तो पुन्हा नवा दिवा बनवायला लागला.

पुढच्या तारखेला दिवा तयार झाल्यावर त्याने पुन्हा तो त्याच सहायकाकडे दिला. त्याचे मन म्हणाले की, हा सहायक वेंधळा आहे. त्याच्या हातात दिवा द्यायला नको. याने अगोदर आपले नुकसान केले आहे; परंतु तेवढ्यात त्याला आईचा दुर्दम्य विश्वास आठवला. त्याने शांतपणे सहायकाच्या हातात दिवा दिला. यावेळी मात्र सहायक न धडपडता दिवा माडीवर ठेवून आला.

त्यानंतर झालेल्या सायन्स कॉन्फरन्समध्ये एडिसनचा प्रयोग मान्य झाला. जगाला प्रकाश मिळाला आणि एक मोठा शास्त्रज्ञही.

●

४७

न्यून

एका गावात एक बाई राहत असते. तिला दूरच्या ओढ्यावरून पाणी भरावे लागत असे. पाणी भरण्यासाठी एका मोठ्या बांबूला दोन बाजूंनी दोन माठ बांधून, त्याची कावड करून ती पाणी वाहून आणायची.

त्या दोन माठांपैकी एक माठ पक्का होता आणि दुसऱ्या माठाला थोडासा तडा गेलेला होता. ती बाई घरी परत येईपर्यंत तडा गेलेल्या माठातील पाणी अर्धे झालेले असायचे, त्यामुळे प्रत्यक्षात घरापर्यंत दीड माठच पाणी पोहोचायचे.

चांगल्या माठाला माहीत होते की, दुसऱ्या माठातून पाणी झिरपते. तो नेहमी त्या दुबळ्या माठाला हसायचा आणि स्वतःची शेखी मिरवायचा. दुबळया माठाची खंत हळूहळू एवढी वाढत गेली की, एक दिवस त्याने आपल्या मालकिणीशी याबद्दल बोलायचे ठरवले.

दुबळा माठ आपल्या मालकिणीला म्हणाला, ''मी तडा गेलेला माठ आहे, याचे मला फार वैषम्य वाटते. मला हेही माहीत आहे की किती कष्ट करून आपण ओढ्यावरून पाणी भरून नेता; पण घरी जाईपर्यंत माझ्याजवळचे निम्मे पाणी रस्त्यातच पडून गेलेले असते. मला माझ्या दुबळेपणाची लाज वाटते. मला बदलून आपल्याला दुसरा माठ घ्यायचा असेल, तर आपण त्याचा जरूर विचार करावा.''

मालकीण त्याला म्हणाली, ''मला माहीत आहे की, तू तडा गेलेला माठ आहेस. मी भरलेले सगळे पाणी तू घरापर्यंत पोहोचवू शकत नाहीस. गेली दोन

वर्षे मी दीड माठच पाणी घरात आणते आहे; परंतु तुला एक सांगू? गेली दोन वर्षे खांद्याच्या ज्या बाजूला मी तुला धरते त्या बाजूला सबंध रस्ताभर मी फुलझाडांच्या बिया टाकत गेले. रोज त्यांच्यावर थोडे थोडे पाणी पडल्यामुळे सबंध रस्ताभर सुंदर सुगंधित फुले उमललेली आहेत, हे तुझ्या लक्षात आले काय? माझा रोजचा चालण्याचा रस्ता तर सुवासिक झालाच आहे त्याचबरोबर त्यातली काही फुले मी घरभर सजविली आहेत म्हणून आपले घरही सुशोभित आणि सुगंधित झाले आहे. याचा विचार तू कधी केला आहेस काय? मला तुझ्या दुबळेपणाची मुळीच लाज वाटत नाही. तुझ्यामुळे घरात पाणी कमी येते याचीही खंत वाटत नाही.'' मालकिणीचे ते विचार ऐकून दुबळा माठ आश्चर्यचकित झाला.

आपल्या प्रत्येकामध्येही काही ना काही तरी व्यंग अथवा न्यून असते; परंतु मालकिणीने ज्याप्रमाणे माठाच्या दुबळेपणाचा उपयोग सुंदर फुले फुलविण्यात केला तसेच आपणही करू शकतो. स्वत:चे न्यून विचारपूर्वक सामर्थ्यामध्ये बदलण्याचा प्रयत्न करू शकतो. मालकिणीने दिलेला विचार आपणही मनात रुजवला, तर आपल्या दुबळेपणाची आपल्याला लाज वाटणार नाही. ईश्वराने आपल्यापैकी कोणालाच परिपूर्ण बनविलेले नाही, त्यामुळे दुसऱ्यामध्ये काही न्यून असेल अथवा स्वत:मध्ये काही कमी असेल तर त्याचे असे परिवर्तन करायचे. अशाने आपले जीवन तर आनंदी होतेच; पण आपल्याबरोबरच्या लोकांचे जीवनही आनंदमय होते.

●

४८

माऊली

शालान्त परीक्षेत नेत्रदीपक यश मिळविल्याबद्दल गुणी विद्यार्थ्यांचा गौरव करण्यासाठी एका शाळेने मला प्रमुख पाहुणे म्हणून निमंत्रित केले होते. मला ही अशा समारंभांना जायला आवडते. त्या मुलांसोबत काही काळ तरी आपणही पुन्हा लहान होऊन जातो, आपल्या बालपणात पुन्हा एकदा फेरफटका मारून येतो.

माझ्या हातून बक्षिसे घ्यायला दहावीतली बोर्डाची परीक्षा पास झालेली गुणवंत मुले एका मागून एक येत होती. त्यांची बक्षिसे संपल्यावर नववीतून दहावीत गेलेल्या मुलांची नावे वाचून दाखविण्यात आली. त्यातल्या एका मुलाला अनेक बक्षिसे मिळत होती. मलाही त्याची मजा वाटली. त्याचे नाव पुकारल्यावर लक्षात आले की, ज्या यजमानांनी मला निमंत्रित केले होते त्यांचा तो मुलगा होता.

कार्यक्रम संपल्यावर ते मला सोडायला आले. मी त्यांना म्हणाले, ''तुम्हाला तुमच्या मुलाचा सार्थ अभिमान वाटत असेल नाही? तुमचा मुलगा सर्वांगीण विकास करतो आहे, असे मला दिसून आले.''

ते गृहस्थ मला म्हणाले, ''माझ्या मुलाचा अभिमान तर मला आहेच; परंतु त्याला असे घडविण्यात माझा सिंहाचा वाटा आहे. सर्व साधारणपणे असे म्हणतात की, आई मुलांना घडविते, त्यांच्यासाठी वाटेल ते त्याग करते; परंतु आमच्या कुटुंबात माझ्या मुलासाठी मी माझी जीवनशैलीच बदलून टाकली.

मुलगा लहान असताना काही दिवस माझ्या सासू-सासऱ्यांनी त्याची जबाबदारी घेतली. काही वर्षांनी त्यांनाच वृद्धापकाळामुळे अडचणी येऊ लागल्या. नातवाला सांभाळायचे त्यांना जमेना. माझी बायकोही नोकरी करणारी. तिच्या करिअरच्या आड मी येऊ इच्छित नव्हतो. मग काय, मीच आमच्या ऑफिसमध्ये अर्ज करून रात्रपाळी मागून घेतली. रात्री अकरा ते सकाळी सात मी नोकरी करतो. सकाळी घरी आलो की मुलाला शाळेत सोडतो. मग घरी जाऊन, आन्हिके उरकून थोडावेळ झोप घेतो. पुन्हा दुपारपासून मुलाच्या सेवेत रुजू होतो. त्याचा अभ्यास, खेळ, छंद यासाठी मी माझा पूर्ण वेळ देतो. पुन्हा संध्याकाळी सगळे आटोपून नोकरीवर जातो. माझा हा क्रम अनेक वर्षे अव्याहत चालू आहे. तुम्हीच सांगा मला, कुठल्याही आईपेक्षा मी काही कमी केले आहे काय?''

त्यांची कथा ऐकून बराच वेळ मी काही न बोलता स्तब्ध बसले होते. ते माझ्या तोंडाकडे माझ्या अभिप्रायासाठी पाहत होते. वास्तविक मी त्यांच्या कथेने एवढी भारावून गेले होते की, पटकन बोलण्यासाठी माझ्यापाशी शब्द नव्हते.

मी विचार करत होते की, आपण जेव्हा एखाद्या पुरुषाला 'माऊली' म्हणतो, तेव्हा त्यामागे हा विचार असतो की, त्या पुरुषामध्ये पुरुषार्थ तर असतोच; पण आईची माया त्याच्या हृदयात ओतप्रोत असते. त्यामुळेच त्या पुरुषाला 'माऊली' असे संबोधले जाते. ज्ञानेश्वरांना 'माऊली' म्हणतात, विठ्ठलालाही 'माऊली' म्हणतात. त्यामागे कृतज्ञतेची हीच एक भावना असावी.

काही क्षणानंतर मी माझ्या यजमानांना म्हणाले, ''अशी कथा मी यापूर्वी ऐकलेली नाही. तुमचे बोलणे ऐकून मी नतमस्तक झाले आहे.''

●

४९

खरी श्रद्धा

नुकतीच एक मजेदार गोष्ट माझ्या वाचनात आली. एका चर्चसमोर एका माणसाने दारुचे दुकान व बार उघडण्याचे ठरविले. त्याने रीतसर जागा घेऊन आपल्या नावाची पाटी लावली. चर्चमध्ये येणारे जाणारे तसेच चर्चमधले पादरी त्रस्त झाले. देवाच्या घरासमोर दारुचा गुत्ता येणार या विचारानेच सगळे हवालदिल झाले. त्यांनी सर्वांनी मिळून त्या माणसाचे मन वळविण्याचा प्रयत्न केला. परंतु तो माणूस आपली जागा बदलायला तयारच होईना.

चर्चच्या रोजच्या प्रार्थनेत सगळेजण प्रार्थना करू लागले की, या माणसाचे दुकान त्याजागी न येवो. दारुच्या दुकानाचे काम मात्र जोरात चालूच राहिले. दुकान एवढे देखणे तयार झाले की, जो तो आश्चर्याने दुकानाकडे पाहतच राही. त्या माणसाने दुकानाच्या उद्‌घाटनाची तारीखही काढली. चर्चमध्ये येणारे सगळे भाविक निराश झाले. अचानक एक दिवस संध्याकाळी सोसाट्याचा वारा सुटला. वादळवारे एवढ्या वेगाने वाहू लागले की बघणाऱ्याच्या मनात धडकी भरावी. विजेचा कडकडाट सुरू झाला. बघता बघता एक वीज त्या दारुच्या दुकानावर कोसळली. अख्खे दुकान जळून खाक झाले. चर्च मात्र सुरक्षित राहिले. बघणाऱ्यांचा विश्वासच बसेना. परमेश्वरानेच दारुचे दुकान नामंजूर केले, असा सर्वांचा समज झाला.

दुकानाच्या मालकाने चर्चवर खटला भरला. चर्चमध्ये अनेक महिने भक्तांनी प्रार्थना केल्यामुळे माझ्यावर ही आपत्ती कोसळली. याची भरपाई चर्चने करून

द्यावी अशा प्रकारची कैफियत त्याने न्यायालयासमोर मांडली.

चर्चने अर्थात हा दावा फेटाळून लावला. त्यांचे म्हणणे असे होते की अप्रत्यक्षपणे केलेली प्रार्थना दारुच्या दुकानाचे नुकसान करू शकणार नाही. दुकानदाराचा दावा फोल आहे. कोणाच्या प्रार्थनेने असे साध्य होऊ शकत नाही.

दुकानदाराने आपले म्हणणे लावून धरले. शेकडो भाविक रोज प्रार्थना करून दुकानदाराचे अहित चिंतित होते. याचा परिणाम म्हणून वीज केवळ माझ्याच दुकानावर पडली. प्रार्थनेचे सामर्थ्य कमी लेखून चालणार नाही, असे त्याचे व त्याच्या वकिलांचे म्हणणे पडले.

न्यायाधिशांनी दोघांचा युक्तिवाद ऐकून घेतला. दोन्ही बाजूंचे म्हणणे ऐकून घेतल्यावर जेव्हा न्यायाधीश निकाल लिहिण्यासाठी बसले त्यावेळी त्यांच्या मनात संभ्रम दाटून आला.

त्यांनी निकालामध्ये असे लिहिले की, ''निकाल लिहिताना मी संभ्रमात पडलो आहे. ज्या चर्चने व तिथल्या भाविकांनी वर्षानुवर्षे प्रार्थना केली व प्रार्थनेच्या सामर्थ्यावर नितांत विश्वास ठेवला ते म्हणत आहेत की प्रत्यक्षपणे किंवा अप्रत्यक्षपणे केलेल्या प्रार्थनेचा परिणाम होऊ शकत नाही. दारुचा दुकानदार, ज्याला ईश्वराविषयी काहीच श्रद्धा नाही, तो म्हणतो प्रार्थनेमध्ये फार मोठे सामर्थ्य आहे. असा विरोधाभास असताना मी त्यावर काय निर्णय देऊ हे मलाही समजत नाही. कोणाची श्रद्धा खरी म्हणायची हे मला अजून समजलेले नाही.''

आपली श्रद्धा नेमकी कोणासारखी आहे ?

●

५०

आपली मुले

पाच हजार वर्षापूर्वी थिरुवल्लूवर नावाची एक तमिळ संहिता लिहिली गेली आहे. त्यात पालकांची कर्तव्ये इतकी छान समजाविली आहेत की, आजच्या जगातही ती उपयोगी पडावीत.

- मुले खोटे बोलत असतील तर समजावे की, आपण त्यांच्या प्रत्येक चुकीसाठी कठोर प्रतिक्रिया देतो.
- मुलांना मन मोकळे बोलायला शिकविले नाही, तर मुले कधीच मोकळी होणार नाहीत.
- मुले लोकांच्या दडपणाखाली येऊन दुसऱ्यांचे वर्चस्व स्विकारत असतील, तर समजावे की आपण त्यांना आत्मप्रतिष्ठा देण्यात कमी पडलो आहोत. आपण त्यांना प्रोत्साहन कमी आणि सल्ले जास्त देतो.
- आपली भूमिका योग्य असूनही मुलांना त्याच्या भूमिकेचे समर्थन करता येत नसेल तर समजून घ्यावे की, आपण त्यांना इतरांसमोर कडक शिस्त लावण्याची चूक करतो आहोत.
- मुले दुसऱ्यांच्या वस्तू घेत असतील, तर आपण त्यांना वस्तू घेऊन देताना निवडण्याचे स्वातंत्र्य देत नाही.
- मुले भित्री असतील, तर त्याचा अर्थ असा होतो की, आपण त्यांना खूप जास्त सांभाळत आहोत. त्यांच्या कर्तृत्वाला वावच मिळत नाही.
- आपली मुले दुसऱ्यांच्या भावनांचा अनादर करत असतील, तर समजावे

की, आपण त्यांना कठोर नियंत्रणात ठेवले आहे व आपण त्यांच्यावर सतत अधिकार गाजवित असतो.

- मुलांना पटकन राग येत असेल, तर समजावे की, त्याच्या चुका आपण तत्परतेने काढतो; मात्र त्याच्या चांगल्या वागण्याची आपण फारशी दखल घेत नाही.
- मुलांमध्ये जर दुसऱ्यांबद्दल असूया असेल, तर तोही दोष पालकांचाच आहे. त्यांनी एखादे काम त्यांच्या मनाप्रमाणे केले असेल व ते आपल्या अपेक्षेप्रमाणे झाले नसेल तर आपण त्याचे श्रेय मुलांना देत नाही. त्यातूनच ही असूया निर्माण होते.
- मुले खूप खोडकर असतील व मुद्दाम सगळ्यांना त्रास देत असतील आणि त्यातून आनंद मिळवत असतील, तर समजावे की, आपली शारीरिक जवळीक आणि स्पर्शातून मुलांप्रती व्यक्त होणारी ममता कमी पडते आहे.
- मुले आपल्याला जुमानत नसतील, तर समजावे की, आपण त्यांना पोकळ धमक्या देतो मात्र कृती कधीच करीत नाही.
- मुले आपल्यापासून महत्त्वाच्या गोष्टी लपवित असतील, तर त्याचे कारण त्यांना आपल्याबद्दल विश्वास वाटत नाही. आपण राईचा पर्वत करून आकांडतांडव करू अशी भीती त्यांना वाटत राहते.
- मुले उलटून बोलत असतील किंवा दुरुत्तरे करीत असतील, तर ते आपलेच अनुकरण आहे अशी खूणगाठ बांधावी.
- मुले आपले न ऐकता इतरांचा सल्ला घेऊन वागत असतील, तर समजावे की, आपण त्यांची बाजू नीट ऐकून न घेता फार तातडीने आपले मत व्यक्त करतो.
- बंडखोरी करणाऱ्या मुलांनी हे जोखलेले असते की, आपण योग्य काय आहे याचा विचार करत नाही, लोक काय म्हणतील याला अधिक महत्त्व देतो.

●

५१

उत्कृष्टतेचा ध्यास

एक बाई मोठी सुगरण असते. तिने कुठलाही साधा पदार्थ बनविला, तरी लोकांना तो चविष्ट वाटायचा. घरातले सगळे तिच्या जेवणावर प्रसन्न होतेच; परंतु त्यांच्याकडे येणारे जाणारे सुद्धा त्या बाईच्या हातचे जेवण मिळावे, या आशेने येत.

तिच्याच शेजारी दुसरी बाई राहत होती. ती ही स्वयंपाकात तरबेज होती. तिने अनेक पाककला स्पर्धांमधून अनेक बक्षिसे मिळविली होती; परंतु कसे कोण जाणे, कोणालाही तिच्या हातचे पदार्थ खाऊन तृप्त नाही वाटायचे. या बाईला शेजारणीची असूया वाटायची. तिला कुतूहलही वाटायचे की आपली शेजारीण पदार्थांमध्ये नेमके काय घालते. कुठला मसाला वापरते. तिने ठरविले की, आपण जाऊन शेजारणीचे शिष्यत्व पत्करायचे. आपण नम्रपणे तिला शरण गेलो, तर ती आपल्याला तिच्या स्वादिष्ट स्वयंपाकाचे गुपित सांगेल. मग आपणही तिच्यासारखे प्रसिद्ध होऊ.

ती शेजारणीकडे जाते आणि तिला म्हणते, ''तुमच्यासारखे जेवण बनवायला मलाही शिकवा. तुमची करण्याची पद्धत वेगळी आहे का? तुम्ही मला शिकविलेत, तर मी तुमची ऋणी राहीन.''

शेजारीण नम्र होती. ती म्हणते, ''मी तुमच्यापेक्षा वेगळे काही करत नाही. तरीही तुम्ही तुमची अडचण विचारा, मी सांगते.''

ती बाई आपली पाककृती शेजारणीला शिकवते. बाई घरी जाते आणि

शेजारणीने सांगितल्यानुसार सगळे पदार्थ बनवते. कृतीत चूक करीत नाही किंवा जसे सांगितले होते, त्यापेक्षा वेगळे काही करीत नाही. घरचे जेवायला बसतात; परंतु तिच्या जेवणाची कोणी तारीफ करत नाही.

जेवणे झाल्यावर ती बाई निराश होऊन आपल्या सुगरण शेजारणीकडे जाते. ती झाला प्रकार बाईच्या कानावर घालते. ''माझे काय चुकले? मी तर तुम्ही सांगितलेले सर्व तुमच्या सूचनेनुसार केले. सगळे पदार्थ मोजून मापून घेतले. गॅसची आचही तुम्ही सांगितल्यानुसार ठेवली होती. मग माझ्या जेवणाची तारीफ कोणीच का बरे केली नाही?''

सुगरण शेजारीण खुदकन हसते. तिने पदार्थ कसे केले हे पुन्हा एकदा विचारून तपासून घेते. तिलाही लक्षात येत नाही की दोघींच्या चवीमध्ये फरक का यावा? थोडावेळ विचार करून ती म्हणते, ''अहो ताई, मला एक सांगा. तुम्ही जेवण बनवित असताना कुठला विचार करत होतात?''

शेजारीण म्हणते, ''अमक्या ठिकाणी साड्यांचा सेल लागला आहे. तिकडे जायचा विचार मी करीत होते. कुठले कुठले रंग घ्यायचे इकडे माझे सर्व लक्ष होते.''

सुगरण शेजारीण म्हणते, ''म्हणजे तुम्ही यंत्रवत स्वयंपाक केलात. तुमची पद्धत चुकली नाही. मात्र तुमचे मन त्यात नव्हते. जोपर्यंत तुम्ही जीव ओतून कुठलेही काम करीत नाही, ते उत्कृष्ट होणारच नाही. माझ्या स्वयंपाकात माझी माया असते आणि प्रार्थना ही की जेवणाऱ्याला संतुष्टी मिळो. बस एवढाच फरक आहे आपल्यात.''

शेजारीण काय समजायचे ते समजते. आपणही प्रत्येक कामात उत्कृष्टतेचा ध्यास घ्यायला हवा. त्याशिवाय आपण तरी सुगरण कशा होणार?

●

५२

सकारात्मक विचार

दोन आया आपापल्या मुलांना बागेमध्ये खेळायला घेऊन गेल्या होत्या. खेळता खेळता मधेच मुलांना एक झाड दिसले. त्याच्या फांद्या जमिनीपर्यंत आल्या होत्या. मुलांना मजा वाटली. ती झाडावर चढण्यासाठी तिकडे धावली.

दोन्ही अयांना मुलांची काळजी वाटू लागली. चढता चढता मुले झाडावर उंच गेली तर पडण्याची शक्यता होती. दोघी घाबरल्या. मुले भराभरा झाडावर चढू लागली. एक आई ओरडली, ''अरे, पडशील रे बाळा. तू अगोदर खाली उतर''

दुसरी आई म्हणाली, ''सांभाळ स्वत: ला. काळजीपूर्वक झाडावर चढ.''

दोन्ही मातांना आपल्या मुलांची काळजी समसमान होती; परंतु त्यांचे शब्द आणि अभिव्यक्ती दोन्ही भिन्न होत्या. एकीच्या बोलण्यात नकारात्मक भाव होता. आपला मुलगा झाडावर चढताना पडणार, असे तिच्या बोलण्यातून सूचित होत होते.

दुसऱ्या आईच्या बोलण्यात मुलाला सावध करण्याचे शब्द होते. तिने आपल्या मुलाला कुठलाच नकारात्मक इशारा दिला नाही.

आपणही बोलताना या गोष्टी लक्षात ठेवायला हव्यात. ज्या मुलाची आई सकारात्मक सूचना देत होती तिचा मुलगा मोठा होत असताना त्याच सूचना आत्मसात करून मोठा होईल. दुसऱ्या आईचा मुलगा प्रत्येक गोष्टीकडे

नकारात्मक भावनेने बघायची सवय त्याच्या नकळत स्वत:ला लावून घेईल.

हल्ली मानसोपचार तज्ज्ञांकडे अनेक लहान मुले समुपदेशनासाठी यायला लागली आहेत. मुलांच्या सर्व समस्यांचे मूळ पालकत्वामध्ये असते. अनेकदा पालक अनावधानाने मुलांना नकारात्मक विचार देतात. मुलांना मग असे वाटू लागते की, मी अमुक एक गोष्ट करू शकणार नाही. वास्तविक मुलांना हा विचार द्यायला हवा की, त्यांना कुठलीच गोष्ट प्राप्त करणे अशक्य नाही. यातूनच धाडसी आणि कल्पक मुले निपजतात.

एका शाळेमध्ये एका मास्तरांनी असाच एक प्रयोग केला. एका शुभ्र कागदावर शाईने काळा गोल केला व तो मुलांना दाखवला. त्यांनी मुलांना सांगितले, ''तुम्हाला काय दिसते आहे ते तुमच्या वहीत लिहा. सर्व मुलांनी फक्त काळ्या डागाविषयी लिहिले. कोणीच त्या डागाभोवती असलेल्या शुभ्र कागदाचा उल्लेख देखील केला नाही. हा प्रयोग झाल्यानंतर मास्तरांनी मुलांना सकारात्मक विचार करण्याची दिशा दाखवली. त्यांनी सांगितले की एवढ्या मोठ्या कागदावर काळा डाग छोटासा आहे, आणि शुभ्र कागद मोठा आहे. याचाच अर्थ सकारात्मक विचार मोठा आहे आणि नकारात्मक विचार छोट्या डागा एवढा आहे.

आपणही असाच विचार करायची आणि त्यानुसार बोलायची सवय लावून घेतली पाहिजे. अनेकदा आपण फार सहजपणे नकारात्मक विचार ठामपणे मांडून जातो. ''याला काय जमतंय? तिच्याच्याने हे होणार नाही, तुम्हाला हे जमणार नाही'' अशा प्रकारची अनेक वाक्ये आपण दिवसभरात अनेकदा बोलत असतो.

गौतम बुद्धाने बोलण्यापूर्वी तीन गोष्टींचा विचार करायचा परामर्श दिला होता. मी जे बोलतो आहे, ते पूर्ण सत्य आहे काय? या बोलण्याचा काही नकारात्मक परिणाम तर होणार नाही ना? हे बोलणे खरोखरच अगत्याचे आहे काय?

आपणही याच निकषांवर आपल्या बोलण्याची सत्यासत्यता पडताळून पाहून मगच बोलायला हवे.

●

५३

तराजू

एक विमान सुटण्याच्या तयारीत असते. हळूहळू एक एक प्रवासी विमानात येऊन, आपले सामान सामान कक्षात ठेवून आपल्या जागेवर स्थिरावत असतो. असाच एक प्रवासी आपल्या जागेवर बसतो. त्याची नजर शेजारच्या सीटवर जाते. ती जागा मोकळी असते. तो विचार करत असतो की आपला सहयात्री कोण असेल? हे विमान दूर पल्ल्याचे, हाँगकाँगला जाणारे असते. एवढे तास एकट्याने बसण्यापेक्षा शेजारी कोणी चांगला माणूस आला, तर प्रवास सुखाचा होईल असा विचार तो करत असतो.

तेवढ्यात त्याच्या शेजारी एक लठ्ठ बाई येऊन बसते. ती स्वत:ला कशीबशी तिच्या सीटमध्ये घुसवते. तिचा जाडा हात दोन सीटमध्ये असलेल्या जागेत विसावतो. त्या माणसाला आपला हात उचलून घ्यावा लागतो. त्याला त्या बाईचा फार राग येतो.

विमान सुटते. ती बाई त्याच्याकडे हसून बघते आणि त्याला 'हॅलो' म्हणते. तो निरिच्छेने तिला हॅलो म्हणतो. त्याच्या चेहऱ्यावर स्पष्ट दिसत असते की, त्याला त्या बाईशी संभाषण करण्याची इच्छा नाही. तरीही काही वेळानंतर ती बाई पुन्हा त्याच्याशी बोलायला सुरुवात करते. ''माझे नाव डॉली. तुमचे नाव काय आहे? मी हाँगकाँगची आहे, तुम्ही? मी माझ्या शाळेतल्या मुलांसाठी खूप खेळणी आणि पुस्तके घेऊन जात आहे. ती माझी लाडकी मुले आहेत.''

त्या माणसाला तिचे बोलणे असह्य होते. त्याला असे वाटते की, ही कुरूप आणि जाडी बाई आपल्याला सुखाने प्रवास करू देणार नाही. तिने एवढे सारे

प्रश्न विचारल्यावर तो नाईलाजाने तिच्याशी बोलतो. त्याचे बोलणे अगदी त्रोटक असते आणि चेहरा त्रासलेला असतो. ती बाई त्या गोष्टींकडे दुर्लक्ष करते व बोलत राहते.

बोलता बोलता त्या माणसाला जाणवते की, ही बाई फारच प्रगल्भ आहे. तिला अनेक विषयांबद्दल एखाद्या दर्दी माणसासारखी माहिती आहे. त्याला हे ही समजते, की तिला अनेक क्षेत्रांमध्ये रुची आहे. ती एक उत्तम चित्रकार असते. तिला उत्तम दर्जाचे संगीत येत असते. झाडापानांमध्ये तिला रुची असते. ती एका शाळेत शिक्षिका आहे. थोड्याच वेळात त्या माणसाला तिचा सहवास आवडू लागतो. तिच्या बोलण्यात मार्दव आहे आणि तिचे मन कोमल आहे, हे त्याला पदोपदी जाणवू लागते. आपण तिला कुरूप आणि लठ्ठ समजलो आणि तिची अवहेलना केली याचे त्याला वाईट वाटते.

विमानात खानपानाची सेवा सुरू होते. त्या बाईचे स्टाफशी वागणे अत्यंत सौजन्यपूर्ण आणि खेळीमेळीचे असते. ती स्वत:च्या जाडेपणावरून त्यांच्याशी विनोद करत राहते, त्यांना हसवत राहते. तिचा स्वभाव विमानातील कर्मचाऱ्यांना एवढा आवडतो की, सगळे आळीपाळीने तिच्या अवतीभोवती येत राहतात, तिच्याशी हास्य विनोद करत राहतात.

न राहवून तो तिला विचारतो, ''तुम्हाला स्वत:च्या जाडेपणाचे वैषम्य वाटत नाही का? आपणही सडसडीत राहावे, असे तुम्हाला कधीच वाटले नाही?''

ती बाई हसून त्या माणसाकडे बघते व म्हणते, ''जगात असे कोण आहे ज्याला बेतशीर राहायला आवडणार नाही? बारीक होण्यासाठी मी कमी प्रयत्न का केले असतील? परंतु जीवनाच्या एका टप्प्यावर मला जाणीव झाली की मी कधीच बारीक होऊ शकणार नाही. त्यावेळी मी ठरविले की आपण आपल्या जाडेपणाची खंत करायची नाही. देवाने दिलेले हेच आपले शरीर असे स्वीकारुन मी बारीक होण्याचा नाद सोडून दिला. आयुष्यात याहीपेक्षा अधिक महत्त्वाचे, अधिक मोलाचे बरेच काही असते, हे मला जाणवले. मी ज्या शाळेत शिकवते तिथली मुले माझ्यावर जीव टाकतात. त्यांचे प्रेम मला पुरेसे आहे.''

तो माणूस कुचेष्टेने तिला विचारतो, ''तुमच्या आयुष्यात कोणी पुरुष आला की नाही?''

ती बाई म्हणते, ''एक का, अनेक पुरुष माझ्या आयुष्यात आले. अजूनही

अनेक पुरुष माझ्याकडे येतात. त्यांना माझ्याकडून त्यांच्या समस्यांचे निराकरण हवे असते. मला तर अनेकदा असे वाटते की, मी शिक्षिका होण्याऐवजी समुपदेशिका व्हायला हवे होते. मला अजून अनेक लोकांचे अश्रू पुसता आले असते.''

तिचे बोलणे ऐकून तो माणूस वरमतो. काही वेळात त्यांचे विमान हाँगकाँगला उतरते. विमानातून उतरताना विमानातले सर्व कर्मचारी तिच्यावर भाळलेले त्याला दिसतात. ते तिला दीर्घ आलिंगन देऊन पुन्हा त्यांच्या बरोबर प्रवास करण्याची विनंती करतात.

विमानतळावर तिला घ्यायला लहान मुलांची एक मोठी फौज आलेली असते. तिला बघून सगळी मुले तिच्याकडे धावतात व तिला घट्ट मिठी मारतात.

ते दृश्य पाहून माणूस गलबलतो. एखाद्याकडे पाहून आपण त्याच्याबद्दल काय काय समज करून घेतो आणि ते किती चुकीचे आहे, हे त्याच्या लक्षात येते. त्या बाईसारखे आपणही आपल्या जीवनाचे उद्दिष्ट दुसऱ्यांना आनंद देण्याचे ठेवले पाहिजे, हा धडा घेऊन तो माणूस मार्गस्थ होतो.

आपणही दुसऱ्यांना आपल्या बऱ्या-वाईटाच्या तराजूत असेच तोलत असतो नाही?

●

लेखिका परिचय

नीला सत्यनारायण

- आयएएस अधिकारी. ४२ वर्षे शासकीय सेवेत कार्यरत.
- पहिल्या महिला राज्य निवडणूक आयुक्त
- दैनंदिन जीवनातील घटनाप्रसंगांवर आधारित विविध वृत्तपत्रे, नियतकालिकांमधून प्रेरणादायी, सकस लेखन
- एकूण २३ पुस्तके प्रकाशित. काही प्रकाशनाच्या वाटेवर.
- संगीत व लेखन क्षेत्रात उल्लेखनीय कार्य. एकूण १५० गीतांचे लेखन. दोन हिंदी चित्रपटांसाठी गीतलेखन
- संगीत व लेखनक्षेत्रात विविध पुरस्कारांच्या मानकरी
- निवृत्तीनंतर 'आरोही' या स्वयंसेवी संघटनेची स्थापना करून विविध स्पर्धा परीक्षांना बसणाऱ्या विद्यार्थ्यांसाठी मार्गदर्शन

ऋणनिर्देश

- पुणे सकाळ : ज्यांच्यामुळे सकाळ कवडसे हे माझे स्तंभलेखन लोकप्रिय झाले.
- प्राची अशोक कदम : जिने माझे पुस्तकाचे लेखन सातत्याने केले.
- सकाळ प्रकाशन, पुणे
- मुखपृष्ठ सजावट : रूपा देवधर
- मला प्रेरणा देणाऱ्या कथा व त्यातले नायक.